പിച്ചള മോതിരം

pichala mothiram
balanovel
•
pattanakadu abdulkhadar
•
first edition
december 2015
•
typesetting
star communications, thiruvananthapuram
•
published
chintha publishers, thiruvananthapuram
•
cover & illustration
sivan
•

വിതരണം
ദേശാഭിമാനി ബുക്ക് ഹൗസ്
H O തിരുവനന്തപുരം-695 035
Ph: 0471-2303026, 6063020
www.chinthapublishers.com
chinthapublishers@gmail.com

ബ്രാഞ്ചുകൾ
ഹെഡ്ഡാഫീസ് ബ്രാഞ്ച് കുന്നുകുഴി • സ്റ്റാച്യു തിരുവനന്തപുരം • കെ എസ് ആർ ടി സി ബസ് സ്റ്റേഷൻ ആലപ്പുഴ • കെ എസ് ആർ ടി സി ബസ് സ്റ്റേഷൻ എറണാകുളം • മച്ചിങ്ങൽ ലെയ്ൻ തൃശൂർ • ഐ ജി റോഡ് കോഴിക്കോട് • മാവൂർ റോഡ് കോഴിക്കോട് • എൻ ജി ഒ യൂണിയൻ ബിൽഡിങ് കണ്ണൂർ • സെൻട്രൽ ബസ് ടെർമിനൽ കോംപ്ലക്സ് താവക്കര കണ്ണൂർ

CO - 2284 / 3772

പിച്ചള മോതിരം

(ബാലനോവൽ)

പട്ടണക്കാട് അബ്ദുൽഖാദർ

ചിന്ത പബ്ലിഷേഴ്സ്
തിരുവനന്തപുരം-695 035

പട്ടണക്കാട് അബ്ദുൽഖാദർ

1942 ൽ ആലപ്പുഴ ജില്ലയിൽ പട്ടണക്കാട് ജനിച്ചു. പിതാവ്: മുഹമ്മദ് കുഞ്ഞ്. മാതാവ്: ഖദീജ

1997 ൽ മൃഗസംരക്ഷണ വകുപ്പിൽ ഫീൽഡ് ഓഫീസറായി വിരമിച്ചു. മലയാളത്തിലെ വിവിധ ആനുകാലികങ്ങളിൽ കഥ, നോവൽ, കവിത, ലേഖനം എന്നിവ പ്രസിദ്ധീകരിച്ചിട്ടുണ്ട്. രചനകൾ ഏറെയും ബാലസാഹിത്യത്തിൽപ്പെടുന്നു.

പുരസ്കാരങ്ങൾ: 1964 ൽ ഇസ്ലാമിക് സർവ്വീസ് സൊസൈറ്റി ഓഫ് കേരള നടത്തിയ ലേഖന മത്സരത്തിൽ (ഇസ്ലാമും സാഹോദര്യവും) ഒന്നാം സ്ഥാനം നേടി.

2013 ൽ കോഴിക്കോട് നിന്ന് പ്രസിദ്ധീകരിക്കുന്ന *ധാർമ്മികത* ദിനപത്രം മാസികയുടെ പ്രഥമ എക്സലൻസ് അവാർഡ് (എഴുത്തുകാരനുള്ള) നേടി.

പുസ്തകരൂപത്തിലുള്ള കൃതികൾ: *തെളിയുന്ന ചക്രവാളങ്ങൾ* (നോവൽ), *ചുവന്നാമ, ജന്തുസ്ഥാനിൽ എന്ത് സംഭവിച്ചു?, വിരുതമ്പുയലും കുറുക്കമ്മൂപ്പരും, കൊച്ചുപണിക്കർ, രാജാവിനെ കാണാനില്ല* (ബാലസാഹിത്യം), *വിചിത്രവ്യാപാരി* (ബാലസാഹിത്യം - അറബിക്കഥയുടെ പുനരാഖ്യാനം) ഇപ്പോൾ സാംസ്കാരിക രംഗങ്ങളിൽ പ്രവർത്തിക്കുന്നു.

ഭാര്യ : ഫസീഹ

മക്കൾ : സുനിത ഹൻസാർ
സുമിത ഷാനവാസ്

പേരമകൻ: ഇഹ്സാൻ മുഹമ്മദ്

വിലാസം : കാട്ടുപറമ്പിൽ
പി ഒ പട്ടണക്കാട് 688531
ആലപ്പുഴ ജില്ല.

ഫോൺ : 9605222144
0478 - 2593215

ഉള്ളടക്കം

പ്രസാധകക്കുറിപ്പ്

കുട്ടികൾക്കുവേണ്ടിയുള്ള നോവലാണ് *പിച്ചള മോതിരം*. ഒരു കാൽ തളർന്നുപോയ അമ്മയെ സഹായിക്കാൻ പല പണികൾക്കും പോവേണ്ടിവരുന്ന സോമു എന്ന ബാലനിലൂടെയാണ് നോവൽ വികസിക്കുന്നത്. ജീവിതത്തിലൂടെയും അദ്ധ്വാനത്തിലൂടെയും പഠിക്കുകയാണ് സോമു ചെയ്യുന്നത്. അതിനു സഹായകമായ അനേകം കഥാപാത്രങ്ങൾ വിവിധ അദ്ധ്യായങ്ങളിലൂടെ പിറക്കുന്നുണ്ട്, ഈ നോവലിൽ. കന്നാലിച്ചെക്കൻ മുതൽ അശോകപുരത്തെ രാജാവ് വരെയുള്ള പതിനെട്ട് അദ്ധ്യായങ്ങളിലാണ് സോമുവിന്റെ കഥ ഗ്രന്ഥകാരൻ പറഞ്ഞു തീർക്കുന്നത്.

കുട്ടികളിൽ ചിന്താശേഷിയും സ്നേഹഭാവവും സമുജ്ജ്വലിപ്പിക്കുന്നതിനു സഹായകമാണ് *പിച്ചള മോതിരം* എന്ന ഈ നോവൽ. വായനാതാല്പര്യവും ആസ്വാദനശേഷിയും വളർത്തിയെടുക്കാനും ഈ നോവൽ സഹായിക്കും.

കുട്ടികൾക്കുള്ള ഒരു സ്നേഹോപഹാരമായി ചിന്ത ഈ ബാലനോവൽ സന്തോഷത്തോടെ പ്രസിദ്ധീകരിക്കുന്നു.

ചിന്ത പബ്ലിഷേഴ്സ്

1

കന്നാലിച്ചെക്കൻ

പണ്ട് അശോകപുരത്ത് ഒരമ്മയും മകനുമുണ്ടായിരുന്നു. മകന് പത്തുവയസ്സുണ്ട്. പേരു സോമു.

അമ്മയ്ക്കു മാടമ്പിയുടെ നാലുകെട്ടിലാണ് പണി. അവിടന്ന് കിട്ടുന്ന ഭക്ഷണം കൊണ്ടാണ് രണ്ടുപേരും കഴിഞ്ഞുകൂടിയിരുന്നത്.

മരംകോച്ചുന്ന മഞ്ഞുകാലം വരവായി.

ഒരു ദിവസം രാവിലെ ഉണർന്നപ്പോൾ അമ്മയ്ക്ക് എഴുന്നേല്ക്കുവാൻ കഴിയുന്നില്ല. വലതുകാലിന് മരവിപ്പ്! രണ്ടു ദിവസം കൊണ്ട് കാലങ്ങ് തളർന്നുപോയി!

പാവം അമ്മ.

അമ്മ പണിക്കു പോകാതായി. അതോടെ അവർ മുഴുപ്പട്ടിണിയിലായി!

അമ്മ ചെല്ലാത്തതിനാൽ നാലുകെട്ടിലെ പണിമുടങ്ങി. മാടമ്പി വേലക്കാരനെ വിട്ട് അന്വേഷണം നടത്തി. അല്ലാതെ സഹായമൊന്നും ചെയ്തില്ല. ദുഷ്ടൻ! മാടമ്പിക്ക് കുറെ കന്നുകാലികളുണ്ട്. അവറ്റകളെ മേയ്ക്കുന്നത് ഒരു പയ്യനാണ്. ഒരു ദിവസം പെട്ടെന്ന് അവൻ എങ്ങോട്ടോ ഓടിപ്പോയി. മാടമ്പിയുടെ മർദ്ദനം കൊണ്ടാണെന്നും സംസാരമുണ്ട്.

കന്നുകാലികളെ മേയ്ക്കാൻ മാടമ്പിയുടെ വേലക്കാരൻ ആളെ അന്വേഷിച്ചു നടന്നു. വിവരം സോമു അറിഞ്ഞു.

"അമ്മേ നാലുകെട്ടിൽ കന്നുകാലികളെ മേയ്ക്കാൻ ഞാൻ പോട്ടെ?"

സോമു അനുവാദം ചോദിച്ചു.

"നീ ഒരു ചെറിയ കുട്ടിയല്ലേ? നിനക്കതിന് കഴിയുമോ?" അമ്മ സംശയിച്ചു.

"കഴിയുമമ്മേ. എത്രകാലം നമ്മളിങ്ങനെ പട്ടിണികിടക്കും? പച്ചവെള്ളം കുടിച്ചാൽ വിശപ്പു മാറുമോ?"

സോമു സങ്കടത്തോടെ ചോദിച്ചു.

അമ്മ സോമുവിന്റെ മുഖത്ത് തറപ്പിച്ച് നോക്കി. അവന്റെ ചോദ്യങ്ങൾക്ക് മുനകളുണ്ട്! മറുപടി പറയുവാൻ കഴിയുന്നില്ല. നന്നെ ചെറിയൊരുകുട്ടി! പട്ടിണികിടന്നാൽ എങ്ങനെ വളരും? അമ്മക്കാധിയായി! സങ്കടം അടക്കാൻ കഴിയുന്നില്ല. തേങ്ങിപ്പോയി!

സോമു അമ്മയുടെ കണ്ണുനീർ തുടച്ചു.

"അമ്മ കരയണ്ട! ഇഷ്ടമില്ലെങ്കിൽ ഞാൻ പോണില്ല!"

സോമു സമാധാനിപ്പിക്കുവാൻ നോക്കി.

"പറ്റുമെങ്കിൽ പൊയ്ക്കോ!"

അവസാനം മനമില്ലാമനസ്സോടെ അമ്മ സമ്മതിച്ചു.

രാവിലെ തന്നെ സോമു നാലുകെട്ടിലേക്കോടി. പടിപ്പുരയിൽ മാടമ്പി ചാരുകസേരയിൽ മലർന്നുകിടപ്പുണ്ട്. തൊട്ടരുകിൽ അയ്യപ്പൻ രാമച്ചവിശറി കൊണ്ട് വീശിക്കൊടുക്കുന്നു.

"ങ്ഹും? എന്താ വന്നത്?"

മാടമ്പി വെറുപ്പോടെ ചോദിച്ചു.

"കന്നുകാലികളെ മേയ്ക്കാൻ വന്നതാ തമ്പുരാനേ."

നേരിയ ഭയത്തോടെ സോമു അറിയിച്ചു.

"ഉവ്വോ? നന്നായി!"

മാടമ്പിയുടെ മുഖം തിളങ്ങി.

മാടമ്പി അയ്യപ്പനോട് കൈകൊണ്ട് ആംഗ്യം കാട്ടി.

"വാ.... വാ" അയ്യപ്പൻ വിളിച്ചു. അയാളുടെ പിന്നാലെ സോമു നടന്നു.

തൊഴുത്തിൽ ആറ് പശുക്കൾ. രണ്ടു കിടാക്കൾ. രണ്ട് കാള

കൾ. ഒരു പോത്ത് എല്ലാവരും വെള്ളം കുടിക്കുന്ന തിരക്കിലാണ്.

അയ്യപ്പൻ കഴുത്തിലെ കെട്ടഴിച്ചു തുടങ്ങി. കാത്തുനിന്ന മൃഗങ്ങൾ ഓരോരുത്തരായി പുറത്തിറങ്ങി. വടക്കെ പടികടന്ന് നാട്ടുവഴിയിലൂടെ അവ നീങ്ങി.

സോമു പിന്നാലെ വേഗം നടന്നു. വയലിനടുത്ത് എത്തിയതും എല്ലാവരും പിടിച്ചതുപോലെ നിന്നു. സന്തോഷം കൊണ്ട് ചിലർ അമറി.

"ഇറങ്ങിക്കോ" സോമു പറഞ്ഞു.

മനസ്സിലായെന്ന് തോന്നുന്നു. ഓരോരുത്തരായി വയലിലേക്കിറങ്ങി.

നിറയെ ഇളംപുല്ലുകൾ! "ഖ്രാഖ്രാ..." എന്ന ശബ്ദത്തോടെ പുല്ല് കാർന്ന് തിന്നുന്നതുകാണുവാൻ രസമുണ്ട്.

കാല് കഴച്ചപ്പോൾ സോമു വരമ്പിൽക്കയറി ഇരുന്നു.

സൂര്യൻ തലയ്ക്കുമുകളിൽ എത്തി. കന്നുകാലികൾ കരയ്ക്കുകയറി തണൽ പറ്റി കിടപ്പിലായി. താടികൾ ചലിപ്പിച്ചും ഇടയ്ക്കിടെ നാവു പുറത്തേക്കിട്ടും അയവിറക്കിത്തുടങ്ങി.

സൂര്യൻ പടിഞ്ഞാറോട്ട് ചാഞ്ഞപ്പോൾ എല്ലാവരും എഴുന്നേറ്റു. കറുത്തകാള ഒന്നമറി. ചിലരൊക്കെ അതേറ്റ് അമറി.

എന്തായിരിക്കും അടുത്ത നീക്കം? ഓടിപ്പോയാൽ എങ്ങനെ പിടിക്കും?

സോമുവിന് ആശങ്കയായി.

കൂട്ടത്തിൽ തലയെടുപ്പുള്ള വെളുത്തകാള തെക്കോട്ട് നടന്നു. മറ്റുള്ളവർ വാലക്കുവാലെ പിന്നാലെകൂടി. മടങ്ങിപ്പോകുകയാണ്. ആശ്വാസമായി. ഒരു സംശയം.

കന്നുകാലികളെ താൻ നയിക്കുന്നോ? തന്നെ കന്നുകാലികൾ നയിക്കുന്നോ?

നാലുകെട്ടിനു പിന്നിലെത്തിയപ്പോൾ ചിലരൊക്കെ അമറിത്തുടങ്ങി.

"അയ്യപ്പാാ!"

അടുക്കളയിൽ നിന്ന് തമ്പുരാട്ടി നീട്ടിവിളിച്ചു.

എവിടന്നോ അയ്യപ്പൻ ഓടിവന്നു. അയാൾ കന്നുകാലികളെ

തൊഴുത്തിൽ കയറ്റി.

മുന്നിലെ കൽത്തൊട്ടിയിൽ നിന്ന് ഓരോരുത്തരും കലക്ക് കുടിച്ച് തുടങ്ങി.

അതുകണ്ടപ്പോൾ സോമുവിന് അടക്കിവെച്ച വിശപ്പ് ഇള കി. രാവിലെ ഒരുപാത്രം പച്ചവെള്ളം കുടിച്ചതാണ്.

"തമ്പുരാട്ടി വിളിക്കണ്!"

തൊഴുത്തിൽനിന്ന് അയ്യപ്പൻ വിളിച്ചു പറഞ്ഞു.

അടുക്കള വാതിൽക്കൽ തമ്പുരാട്ടി നില്ക്കുന്നു. അടുത്തു ചെന്നപ്പോൾ അവർ ഒരു കിണ്ണം ചോറും കറിയും തന്നു.

ചോറുമായി പടിപ്പുര വാതിൽക്കൽ എത്തുമ്പോൾ അയ്യപ്പൻ ഒരാഞ്ഞിലി ഇലകൊണ്ടുവന്ന് കിണ്ണത്തിന് പുറത്തുവെച്ചു.

"കാക്ക കൊത്താതെ നോക്കണേ." അയ്യപ്പൻ പറഞ്ഞു.

സോമു ശ്രദ്ധിച്ചു നടന്നു.

അമ്മ വഴിക്കണ്ണുമായി കാത്തിരിക്കുന്നു. മുന്നിൽ ചോറുവ ച്ചു. അമ്മകിണ്ണത്തിൽ ഉറ്റുനോക്കിയങ്ങനെ ഇരുന്നു.

"എന്താ അമ്മേ? ഉണ്ണ് വിശപ്പുമാറട്ടെ." സോമു നിർബ്ബന്ധി ച്ചു.

"ങ്ഹാ! ഒന്നൂല്ല. നീയും ഇരിക്ക്. ഒരുമിച്ചുണ്ണാം." അമ്മ വിളി ച്ചു.

അമ്മയും മകനും ഒരുമിച്ചിരുന്ന് ഉണ്ടു. ആർക്കും വിശപ്പ് അടങ്ങിയില്ല. സോമു പച്ചവെള്ളം കുടിച്ച് വയർ നിറച്ചു. കുറച്ച് വെള്ളം അമ്മയെ കൊണ്ടും കുടിപ്പിച്ചു.

കുറെ ദിവസത്തിനുശേഷം ഭക്ഷണം കഴിച്ചതിൽ സോമു വിന് സന്തോഷമായി.

എന്നാൽ പ്രായമാകാത്ത മകൻ അദ്ധ്വാനിക്കുവാൻ തുട ങ്ങിയതോർത്തപ്പോൾ അമ്മയുടെ കണ്ണുകൾ നിറഞ്ഞു.

ചിലപ്പോൾ കന്നുകാലികൾ തമ്മിൽ കുത്ത് പിടിക്കും. അപ്പോൾ ഒച്ചയിട്ടും അടിച്ചും ഭയപ്പെടുത്തും. രണ്ടാഴ്ചകഴിഞ്ഞ പ്പോൾ സോമുവിന്റെ ഭയവും ആശങ്കയുമൊക്കെ മാറി. കന്നു കാലികൾക്കാകട്ടെ. സോമുവെ ഭയമായി. അവന്റെ ഓരോ ചല നങ്ങളും അനുസരിച്ച് അവ പെരുമാറുവാൻ തുടങ്ങി.

വീട്ടിൽ പട്ടിണി കുറഞ്ഞു. അതിൽ സന്തോഷമുണ്ട്. ആശ്വാസമുണ്ട്. എന്നാൽ കിട്ടുന്ന ചോറ് രണ്ടുപേർക്കും മതിയാകുന്നില്ല!

കന്നുകാലികളെ തൊഴുത്തിൽ കെട്ടിയിട്ട് സോമു നേരെ പടിപ്പുരയിലേക്ക് ചെന്നു. ഭാഗ്യത്തിന് മാടമ്പി അവിടെയുണ്ട്.

"ങ്ഹും?" മാടമ്പി ചോദ്യഭാവത്തിൽ മൂളി.

"തമ്പുരാനെ ചോറ് കുറച്ചുകൂടി തരണം. രണ്ടുപേർക്ക് കഴിക്കേണ്ടതാണേ!" സോമു അപേക്ഷിച്ചു.

കസേരയിൽ മലർന്നുകിടന്നിരുന്ന മാടമ്പി വേഗം നിവർന്നിരുന്നു. മുഖം ഇരുണ്ടു. വീശിക്കൊണ്ടിരുന്ന അയ്യപ്പൻ വീശാതെ നിന്നു.

"ശങ്കരാാാ.. എവിടെ ചാട്ട?"

മാടമ്പിയുടെ ശബ്ദം കനത്തു.

അകത്തുനിന്ന് ശങ്കരൻ ചാട്ടയുമായെത്തി.

"ങ്ഹും!" മാടമ്പി മൂളി.

ഒരു മൂളക്കം! സോമുവിന്റെ ഇളംശരീരത്തിൽ ചാട്ടവാർ തലങ്ങുംവിലങ്ങും വീണു!

"അയ്യോ!!!! അമ്മേ....!!!"

സോമു കിടന്ന് പുളഞ്ഞു.

"ങ്ഹും!" മാടമ്പി മൂളി.

മൂളക്കം നിന്നു. ശങ്കരൻ ചാട്ടവാറിലെ ചോര വടിച്ച് ഞെരടിക്കളഞ്ഞു.

"തരുന്നത് കൊണ്ടുപോയി നക്കിക്കോണം! ധിക്കാരി! പോമുമ്പീന്ന്!"

മാടമ്പി ആട്ടി.

വേദനയൊതുക്കി സോമു ഓടി.

അടുക്കളപ്പടിയിൽ വെച്ചിരുന്ന ചോറു സോമു താങ്ങിയെടുത്തു. പിന്നെ വേച്ചുവേച്ചു വടക്കുവശത്തുകൂടെ പുറത്തിറങ്ങി.

പുറത്തെ ചോരപ്പാടുകളും വേച്ചുവേച്ചുള്ള നടപ്പും അമ്മ ശ്രദ്ധിച്ചു.

"എന്തുപറ്റി മോനെ?" അമ്മ ചോദിച്ചു.

സോമു കുറെ നേരം മിണ്ടാതിരുന്നു. അമ്മ കുത്തിക്കുത്തി ച്ചോദിച്ചപ്പോൾ ഉണ്ടായതെല്ലാം പറഞ്ഞു.

"മോനെ മാടമ്പി തമ്പുരാന് എന്തുമാകാം. ആരും ചോദി ക്കാനില്ല. അധികാരമുള്ളവരാണ്!"

അമ്മ അറിയിച്ചു.

സോമുവിന് അതൊരു പുതിയ അറിവാണ്. അവൻ അമ്മ യുടെ മുഖത്ത് തന്നെ നോക്കിയിരുന്നു.

"ഇങ്ങനെയൊന്നും മാടമ്പിത്തമ്പുരാനോട് ചോദിക്കാൻ പാടില്ല!" അമ്മ ഉപദേശിച്ചു.

അടുത്തദിവസവും സോമു പണിക്ക് പോയി. കൂലി കുറവാ ണെന്ന കാര്യമേ അവൻ മറന്നു കളഞ്ഞു. മാടമ്പിയുടെ മർദ്ദ നവും മറന്നു. കന്നുകാലികളെ വേണ്ട രീതിയിൽ ശ്രദ്ധിച്ചു. അതാ ണല്ലോ തന്റെ ജോലി. ആ വകയില്ലാണല്ലോ കുറച്ചെങ്കിലും ആഹാരം കിട്ടുന്നത്.

ഏറെ പുല്ലുള്ള സ്ഥലത്തേക്ക് കന്നുകാലികളെ മാറ്റി നിർത്തുവാനും കൂട്ടംകൂടി കുത്തുപിടിക്കാതെയിരിക്കുവാനും അവൻ സദാ ശ്രമിച്ചു.

ഒരുദിവസം രാവിലെ കന്നുകാലികളെ തെളിയിച്ച് കൊണ്ട് പോവുകയായിരുന്നു.

അപ്പോൾ വഴിയിൽ ഒരപ്പൂപ്പൻ കിടക്കുന്നത് കണ്ടു.

നീണ്ട നരച്ചതാടി. വളർന്നിറങ്ങിയ നരച്ചമുടി! അരികിൽ ഒരു തുണിക്കെട്ട്. സോമു വേഗം കന്നുകാലികളെ വയലിൽ കൊണ്ടുചെന്നാക്കി.

താമസിയാതെ അപ്പൂപ്പന്റെ അടുത്ത് മടങ്ങിവന്നു.

അപ്പൂപ്പൻ അതേ കിടപ്പുതന്നെ! ആരാണിയാൾ? എന്താണി ങ്ങനെ കിടക്കുന്നത്?

2

അപ്പൂപ്പന്റെ സമ്മാനം

“**അ**പ്പൂപ്പാ... ഹേയ് അപ്പൂപ്പാ... എഴുന്നേല്ക്ക്!”

സോമു പരിഭ്രമത്തോടെ വിളിച്ചു. അപ്പുപ്പൻ വിളികേട്ടില്ല. മൂക്കിൽ കൈവെച്ച് നോക്കി. ചൂടുണ്ട്. ശ്വാസം വിടുന്നുണ്ട്. ഒരു നിമിഷം ചിന്തിച്ചുനിന്നു.

തോട്ടിറമ്പിൽ നിന്ന് ചേമ്പില പറിച്ചെടുത്ത് കുമ്പിൾകുത്തി വെള്ളമെടുത്തു.

മുഖത്ത് വെള്ളം തളിച്ചപ്പോൾ അപ്പൂപ്പൻ കണ്ണ് തുറന്നു. ദാഹിക്കുന്നതുപോലെ വായ് തുറന്നു.

രണ്ടാമത് കൊണ്ടുവന്ന വെള്ളം വായിലൊഴിച്ചു കൊടുത്തു. അപ്പൂപ്പൻ ആർത്തിയോടെ വെള്ളമിറക്കി. ഒരു പ്രാവശ്യം കൂടി വെള്ളം കൊണ്ടുവന്ന് വായിലൊഴിച്ചു കൊടുത്തു.

മതിയെന്നർത്ഥത്തിൽ അപ്പൂപ്പൻ കൈയുയർത്തി. എഴുന്നേല്ക്കുവാൻ ശ്രമിച്ചപ്പോൾ സോമു തലതാങ്ങിപ്പിടിച്ചു.

അപ്പൂപ്പൻ എഴുന്നേറ്റിരുന്നു. ഉയരുന്ന അമറൽ.

സോമു വയലിലേക്കോടി.

കാളകൾ കൊമ്പ് കോർക്കുന്നു! രണ്ടുപേർക്കും ഓരോ അടി കൊടുത്തു. “മാറടാ...! മാറടാ...!”

സോമുവിന്റെ ശബ്ദം ഉറക്കെയായി.

കാളകൾ രണ്ടു വശത്തേക്കും ഭയന്നുമാറി

അവർ പുല്ല് തിന്നു തുടങ്ങിയതും സോമു കരയ്ക്കു കയറി.

“മോനേ!” ഒരു വിളി.

തിരിഞ്ഞുനോക്കുമ്പോൾ പറമ്പിൽ നിന്ന് അപ്പൂപ്പൻ മാടി വിളിക്കുന്നു.

“എന്താ മോന്റെ പേര്.”

അടുത്തുചെന്നപ്പോൾ അപ്പൂപ്പൻ ചോദിച്ചു.

“സോമു!”

പിറകോട്ട് തിരിഞ്ഞു കന്നുകാലികളെ നോക്കിയിട്ട് പറഞ്ഞു.

“ജോലിക്കിടയിലും മറ്റുള്ളവരെ സഹായിക്കാൻ തോന്നിയല്ലോ! മിടുക്കൻ! ആട്ടെ ഈ പണിക്ക് നിനക്കെന്ത് കൂലി കിട്ടും? അപ്പൂപ്പൻ ചോദിച്ചു.

“ഒരു കിണ്ണം ചോറും കറിയും.” സോമു പറഞ്ഞു.

“അത്രേയുള്ളോ?” അപ്പൂപ്പന്റെ മുഖം മങ്ങി.

“എന്നാലെന്താ? എനിക്കും അമ്മക്കും കഴിക്കാമല്ലോ!” സോമു സന്തോഷത്തോടെ അറിയിച്ചു.

“പഠിച്ചും കളിച്ചും നടക്കേണ്ട പ്രായത്തിൽ പണിക്കുവിട്ട നിന്റെ അമ്മ ദുഷ്ട തന്നെ!”

അപ്പൂപ്പൻ അഭിപ്രായപ്പെട്ടു. സോമുവിന് സങ്കടമായി! കണ്ണു നിറഞ്ഞു!

“അപ്പൂപ്പാ! അമ്മയുടെ ഒരു കാലു തളർന്നുപോയി! അതു കൊണ്ടാ ഞാൻ പണി ചെയ്യുന്നേ.” സോമു അറിയിച്ചു.

“ഒവ്വോ? കഷ്ടം! ഞാനതറിഞ്ഞില്ല” അപ്പൂപ്പനും വല്ലാതായി.

അപ്പൂപ്പൻ കക്ഷത്തിലെ തുണിക്കെട്ടഴിച്ചു. അതിൽ നിന്ന് ഒരു മോതിരം എടുത്തുനീട്ടി.

“നിനക്കു തരാൻ എന്റെ കൈയിൽ ഈ പിച്ചള മോതിരം മാത്രമേയുള്ളൂ. കൈയിൽ ഇട്ടുകൊള്ളൂ. നിനക്ക് നല്ലതേ വരൂ!” അപ്പൂപ്പൻ പറഞ്ഞു.

സോമു മോതിരം വാങ്ങി ഇടതു കൈയിലെ ചൂണ്ടുവിരലിലിട്ടു.

തിരിഞ്ഞു നോക്കുമ്പോൾ അപ്പൂപ്പൻ വേഗത്തിൽ നടന്നു പോകുന്നു.

കിഴക്ക് ഉരുളിമലയുടെ താഴ്‌വാരത്തിലെത്തി മറയുന്നതുവരെ നോക്കി നിന്നു.

മോതിരം തന്റെ വിരലിന് ഒരു ഭംഗിയും വരുത്തുന്നതായി തോന്നിയില്ല. എങ്കിലും ആദ്യമായി കിട്ടിയ സമ്മാനമാണ്! അതുകൊണ്ട് ഊരിക്കളയുവാനും മനസ്സു വന്നില്ല.

കന്നുകാലികളെ തൊഴുത്തിലാക്കി. ചോറുമായി മടങ്ങുമ്പോൾ അപ്പുപ്പന്റെ വാക്കുകളോർത്തു. ഒരു പാത്രം ചോറ് കുറഞ്ഞ കൂലിയാണത്രേ!

കൂടുതൽ ചോദിച്ചാൽ മാടമ്പിത്തമ്പുരാന്റെ ചാട്ടവാർ ശരീരത്തിൽ തലങ്ങും വിലങ്ങും വീഴും. എന്തുചെയ്യാം? ചോറ് അമ്മയ്ക്കും തനിക്കും വയർനിറച്ചുണ്ണാൻ മാത്രം ഉണ്ടായാൽ മതി.

സോമു ആഗ്രഹിച്ചു.

അമ്മയ്ക്ക് പങ്കുവെച്ച് ബാക്കിചോറ് സോമു കഴിച്ചു.

"അല്ല മോനെ, നീ ചോറ് കുറച്ചേ എടുത്തുള്ളോ?"

ഊണ് കഴിഞ്ഞപ്പോൾ അമ്മ ചോദിച്ചു.

"എന്താ അമ്മേ?"

"എന്റെ വയർ നിറഞ്ഞു. അതുകൊണ്ടാ."

"എന്റെ വയറും നിറഞ്ഞമ്മേ!"

"പക്ഷേ.. ചോറ് സാധാരണയിൽ കൂടുതലൊന്നും ഉണ്ടായിരുന്നില്ലല്ലോ?"

"ഏതായാലും നമ്മുടെ വയർ നിറഞ്ഞല്ലോ?"

സോമുവിന് സന്തോഷമായി.

അന്നത്തെ വിശേഷങ്ങൾ പറഞ്ഞ കൂട്ടത്തിൽ സോമു അപ്പൂപ്പനെപ്പറ്റിയും പറഞ്ഞു.

"മറ്റുള്ളവരെ ആവുന്നത്ര സഹായിക്കണം! നീ ചെയ്തത് നല്ല കാര്യം മോനേ!"

അമ്മ പ്രോത്സാഹിപ്പിച്ചു.

"മോതിരം എങ്ങനെയുണ്ടമ്മേ?"

സോമു വിരൽനീട്ടി ചോദിച്ചു.

"പൊന്നുകൊണ്ടുള്ളതായിരുന്നെങ്കിൽ എത്ര നന്നായേനേ."

അമ്മ ആഗ്രഹം പ്രകടിപ്പിച്ചു.

"അതിന് അപ്പൂപ്പന്റെ കൈയിൽ ഈ പിച്ചള മോതിരം മാത്രമെ ഉണ്ടായിരുന്നുള്ളൂ."

"എന്തായാലും ഒരാള് സ്നേഹംകൊണ്ട് തന്നതല്ലേ കൈയിൽ കിടന്നോട്ടെ."

അമ്മ ഉപദേശിച്ചു.

പിന്നീട് ആ മോതിരത്തെപ്പറ്റി അവൻ ചിന്തിച്ചതേയില്ല.

3

വഴിയിൽ ഒരമ്മച്ചി

അടുത്ത ദിവസം സോമു കന്നുകാലികളെ തെളിച്ചുകൊണ്ട് പോവുകയായിരുന്നു. ഒരു കിടാവ് കൂട്ടംതെറ്റിയോടി. സോമു അതിന്റെ പിന്നാലെ ഓടി. കിടാവ് ഒരു വീട്ടിലെ വളപ്പിലേക്കാണ് കയറിയത്.

മുറ്റത്തുനിന്ന ഒരമ്മച്ചി ഇതു കണ്ടു. കിടാവിനെ പിടിക്കുവാൻ സോമുവിന്റെ ഒപ്പം അമ്മച്ചിയും കൂടി.

കിടാവുമായി പോകുമ്പോൾ നന്ദിസൂചകമായി സോമു പുഞ്ചിരിച്ചു. പകരം അമ്മച്ചിയും പുഞ്ചിരിച്ചു.

വഴിയിൽ കന്നുകാലികൾ അക്ഷമരായി നില്ക്കുന്നു.

"പോ..... പോ.....!"

സോമു വടി വീശി ഒച്ചയിട്ടു.

കന്നുകാലികൾ ഭയന്നു. അവർ വേഗം നടന്നു.

വയലിൽ എല്ലാവരും പുല്ല് തിന്നുതുടങ്ങി. ഇനിയല്പം വിശ്രമിക്കാം.

പെട്ടെന്ന് ആ അമ്മച്ചിയുടെ രൂപം മനസ്സിൽ ഓടിക്കയറിവന്നു. നല്ല സ്ത്രീ! അവരുടെ പുഞ്ചിരി മനസ്സിൽ ആഹ്ലാദം നിറയ്ക്കുന്നു!

തമ്പുരാട്ടി ഒരിക്കൽപ്പോലും തന്നെ നോക്കി ചിരിച്ചിട്ടില്ല. സദാ വലിഞ്ഞുമുറുകിയ മുഖമാണവരുടേത്!

അമ്മച്ചിയുടെ വീടിനുമുണ്ടൊരു ആകർഷണീയത! നാലുകെട്ടിനേക്കാൾ ചെറുതാണെങ്കിലും ഭംഗിയുള്ള വീട്! മുറ്റത്ത് ഇരുവശങ്ങളിലുമായി പലതരത്തിലുള്ള ചെടികൾ. വിവിധ നിറത്തിലുള്ള പൂക്കൾ. പറമ്പിൽ പൂത്തമാവ്. നിറയെ ചക്കയുള്ള പ്ലാവ്. അധികം പൊക്കമില്ലാത്ത തെങ്ങുകളിൽ പുറ്റുപോലെ തേങ്ങകൾ പിടിച്ചിരിക്കുന്നു. തെക്കുഭാഗത്ത് പശുവും കിടാവും. പറമ്പിൽ ചിക്കിച്ചിനക്കുന്ന കോഴികൾ.

പുറത്തുള്ള വഴിയിൽക്കൂടി ദിവസവും രണ്ടുനേരം നടന്നിട്ടും ഇങ്ങനെ ഒരു വീട് ശ്രദ്ധയിൽ പെട്ടിരുന്നില്ല. ഇങ്ങനെ ഒരമ്മച്ചിയേയും എങ്ങും കണ്ടിരുന്നില്ല.

കന്നുകാലികൾ അമറിത്തുടങ്ങി. രണ്ടെണ്ണം കുത്തുപിടിക്കുകയാണ്. ഓരോന്ന് കൊടുത്തപ്പോൾ രണ്ടും രണ്ടുവഴിയായി.

വീണ്ടും വരമ്പിലിരുന്നു. മനസ്സിൽ എങ്ങനെയോ ഒരാഗ്രഹം മൊട്ടിട്ടു. അമ്മച്ചിയുടേതുപോലുള്ള ഒരു വീടും പറമ്പും തനിക്കുണ്ടായിരുന്നെങ്കിൽ...

മാടമ്പിയുടെ കന്നുകാലികളെ മേയ്ക്കുന്ന ഇത്തിരിപ്പോന്ന തനിക്ക് അത്തരം ഒരു വീടുണ്ടാക്കുവാൻ പറ്റുമോ? ഇല്ലെന്നറിയാം. എങ്കിലും ആഗ്രഹിക്കുന്നതിന് ആരുടേയും വിലക്കില്ലല്ലോ?

ചോറുമായി പോകുമ്പോഴും മനസ്സു നിറയെ അമ്മച്ചിയുടെ വീടും പറമ്പുമായിരുന്നു.

അവസാനം ചെന്നുകയറിയത് വലിയൊരു വീടിന്റെ മുറ്റത്താണ്. വീട് പിശകിയോ?

കിഴക്ക് ഉരുളിമല നീണ്ടുനിവർന്ന് കിടക്കുന്നു. തെക്കെ പറമ്പിൽ ആകാശം മുട്ടെ വളർന്നു നില്ക്കുന്ന ഞാവൽമരം. പടിഞ്ഞാറ് കുറ്റിക്കാട്. വടക്കുവശത്ത് കൊച്ചുകൊച്ച് കുടിലുകൾ. ഇതെല്ലാം തന്റെ വീടിന്റെ ചുറ്റുമുള്ള അടയാളങ്ങളാണ്!

എങ്കിൽ തന്റെ വീടെവിടെ?

നേരം ഇരുട്ടുകയാണ്. അമ്മയിപ്പോൾ തിരക്കുന്നുണ്ടാകും.

“ഹേയ് വീട്ടുകാരേ...”

അടഞ്ഞവാതിലിൽ മുട്ടിവിളിച്ചു.

“മോനെ.... സോമു.”

വിളികേട്ടത് അമ്മയാണല്ലോ?

അമ്മയെങ്ങനെ ആ വലിയ വീട്ടിലെത്തി?

അത്ഭുതത്തോടെ സോമു വാതിൽ തള്ളിത്തുറന്നു. അകത്ത് കട്ടിലിൽ അമ്മ കിടക്കുന്നു!

“വാ മോനെ!....” അമ്മ ക്ഷണിച്ചു.

കട്ടിലിൽ ചോറ് വെച്ചു. അമ്മ എഴുന്നേറ്റിരുന്നു.

“കഴിക്ക് മോനെ.”

ചോറു വാരി ഉണ്ടുകൊണ്ട് അമ്മ പറഞ്ഞു. വിശപ്പ് സഹിക്കാവുന്നതിലപ്പുറം എത്തിയിരുന്നു. സോമുവും ഉണ്ടു തുടങ്ങി. പിന്നെ കുടത്തിൽ നിന്ന് കുറെ വെള്ളം കുടിച്ചു. കുറച്ച് അമ്മയ്ക്കും കൊടുത്തു.

“അമ്മേ ഇത് നമ്മുടെ വീടല്ലല്ലോ?” സോമു ചോദിച്ചു

“എന്താ മോനെ ഇങ്ങനെ ചോദിക്കാൻ?” അമ്മ സോമുവിനെ നോക്കി ചോദിച്ചു. എന്നിട്ട് അവർ ചുറ്റും നോക്കാൻ തുടങ്ങി.

“ശരിയാണല്ലോ മോനെ! ഇത് മൺചുവരല്ല! നമ്മുടെ വീടല്ലേ! ആരെങ്കിലും എന്നെ കൊണ്ടുവന്ന് ഇവിടെ കിടത്തിയതായി ഓർക്കുന്നില്ല. ഞാനുറക്കമായിരുന്നല്ലോ!” അമ്മ വിസ്മയപ്പെട്ടു.

ഇനി എന്തു പറയണമെന്ന് അമ്മക്കറിഞ്ഞുകൂട. മകന്റെ അവസ്ഥയും അതുതന്നെ.

പകലത്തെ ക്ഷീണം മൂലം സോമു ഉറങ്ങിപ്പോയി. താമസിയാതെ അമ്മയുടെ കൂർക്കം വലിയും ഉയർന്നു.

പൂവങ്കോഴിയുടെ ഉച്ചത്തിലുള്ള കൂവൽ കേട്ടാണ് അമ്മയും മകനും ഉണർന്നത്.

പരിസരത്തെങ്ങും കോഴി വളർത്തൽ ഇല്ലാത്തതിനാൽ അമ്മയും മകനും ചിന്താക്കുഴപ്പത്തിലായി! ആരുമാരും ഒന്നും മിണ്ടിയില്ല.

അങ്ങനെ കിടക്കെ പതിവുപോലെ കാക്കകളുടെ കരച്ചിലും ചിറകടികളും കേട്ടു തുടങ്ങി. അതൊരാശ്വാസമായി.

“ഇമ്മ്രാ...! ഇമ്മ്രാ....!”

ഒരു പശു നിലവിളിക്കുന്നു.

സോമു ഞെട്ടിപ്പിടഞ്ഞു എഴുന്നേറ്റു.

മുൻവശത്തെ വാതിൽ തുറന്ന് കിടക്കുന്നു. തെക്കുവശത്ത് ഒരു തൊഴുത്ത്. അതിൽ ഒരു പശുവും കിടാവും നില്ക്കുന്നു. പശുവിന്റെ അകിട് വീർത്തിരിക്കുന്നു. കറക്കാനുള്ള സമയമായിട്ടുണ്ട്. അതാണ് പശുവിനുള്ള അസ്വസ്ഥത. പശു വീണ്ടും കരഞ്ഞു.

ഒരു കറവക്കാരൻ വന്നിരുന്നെങ്കിൽ സോമു ആഗ്രഹിച്ചു. അപ്പോൾ ഒരു ചോദ്യം.

"എവിടെ പാത്രം?"

പിന്നിൽ ഒരപരിചിതൻ നില്ക്കുന്നു! "പാത്രം എടുത്തില്ലേ?"

അപരിചിതൻ അക്ഷമയോടെ അകത്തേക്ക് കയറി. സോമു പിന്നാലെ ചെന്നു. അടുക്കളയിൽ നിന്ന് അയാൾ ഒരു വലിയ കലവുമായി പുറത്തേക്കിറങ്ങി.

അടുക്കളയിൽ വലുതും ചെറുതുമായ നിരവധി പാത്രങ്ങൾ കണ്ടു. തൊട്ടടുത്ത മുറി കലവറയാണ്. ചാക്കിൽ അരി. ചക്കര, തേയില, പലതരത്തിലുള്ള പച്ചക്കറികൾ മുളക്, മല്ലി, ഉള്ളി... അങ്ങനെ കുറെ സാധനങ്ങൾ...

എല്ലാം കൗതുകത്തോടെ നോക്കി. ഏതോ പണക്കാരുടെ വീടായിരിക്കും?

"ചായ ഇപ്പോൾ തരാം."

പുറത്തുനിന്ന് കയറിവന്ന ചേച്ചി പറഞ്ഞു.

അവർ കൈയിലിരുന്ന പാൽക്കലം താഴെവെച്ചു.

പശു വീണ്ടും നിലവിളിച്ചു. തുടർന്ന് പശുക്കുട്ടിയുടെ കരച്ചിൽ കേട്ടു.

മാടമ്പിയുടെ തൊഴുത്തിൽ ഇപ്പോൾ കന്നുകാലികൾ അമറുന്നുണ്ടാകും?

സോമു പെട്ടെന്ന് പുറത്തേക്കോടി ഉരുളിമലയിൽനിന്ന് ഒഴുകി വരുന്ന ചോലയിൽ പോയിക്കുളിച്ചു വന്നു.

അമ്മ കാത്തിരിക്കുന്നു.

കട്ടിലിൽ ദോശ. ചമ്മന്തി. ആവി പറക്കുന്ന പാൽ.

"കഴിക്ക് മോനെ." അമ്മ പറഞ്ഞു.

രാവിലെ ഭക്ഷണം പതിവില്ലാത്തതാണ്. ദോശയുടെ മണം മൂക്കിലേറ്റപ്പോൾ തിന്നാൻ കൊതിയായി.

അമ്മയോടൊപ്പം പ്രാതൽ കഴിച്ചു. എന്തെന്നില്ലാത്ത ഉത്സാഹമായി.

മുറ്റത്തിറങ്ങി. ഉരുളിമലയ്ക്കുമേൽ ചുവപ്പ് നിറത്തിൽനിന്ന് മോചിതനാകുന്ന സൂര്യൻ ജ്വലിച്ച് തുടങ്ങുന്നു!

തിടുക്കത്തിൽ നടന്നു.

നാലുകെട്ടിലേക്കുള്ള വഴിക്ക് ഒരു മാറ്റവും കണ്ടില്ല.

തന്റെ വീടെവിടെ? എത്തിയത് ആരുടെ വീട്ടിലാണ്? ആരോടാണ് ചോദിക്കുക?

നാലുകെട്ടിന്റെ പടിപ്പുര കടന്നതും വേലക്കാരൻ ഓടിവന്ന് പിടിച്ചു. അയാൾ വലിച്ച് മാടമ്പിയുടെ മുന്നിലെത്തിച്ചു.

“ഇപ്പോളാണോടാ സൂര്യനുദിച്ചേ?”

മാടമ്പിയുടെ ഇടിവെട്ടുന്ന ചോദ്യം.

“എന്റെ വീട്...”

സോമു പറഞ്ഞ് പൂർത്തിയാക്കിയില്ല.

അവന്റെ പുറത്ത് ചാട്ടവാർ വീണു കഴിഞ്ഞു.

“അയ്യോ!!!! അമ്മേ...’

ആവുന്നത്ര ഉച്ചത്തിൽ കരഞ്ഞുപോയി.

“ങ്ഹും!” മാടമ്പി ഇരുത്തി മൂളി.

കിങ്കരൻ ചാട്ടയുമായി അകത്തേക്ക് പോയി.

‘‘നിന്ന് മോങ്ങാതെ തൊഴുത്തിലേക്കു ചെല്ലടാ. താന്തോന്നി!”

മാടമ്പി ആട്ടി.

വിറച്ചുകൊണ്ട് സോമു ഓടി..

വരമ്പത്തിരിക്കുമ്പോൾ ശരീരത്തിൽ ചുട്ടു നീറുന്ന വേദന! അമ്മ ഇതുവരെ തന്നെ തല്ലി നോവിച്ചിട്ടില്ല. മാടമ്പിയുടെ കിങ്കരൻ ഇപ്പോൾ രണ്ടു പ്രാവശ്യം തല്ലി. അതും ചാട്ടവാറുകൊണ്ട്. മാടമ്പി ക്രൂരനാണ്!

അമ്മ പറഞ്ഞതാ ശരി. മാടമ്പിക്കെന്തുമാകാം. ആരും ചോദിക്കാനില്ലല്ലോ!

പട്ടിണി മാറ്റാൻ വേറെ വഴിയില്ലല്ലോ. തണുത്ത കാറ്റടിച്ചു. വേദനയ്ക്ക് ആശ്വാസം തോന്നി. കണ്ണടഞ്ഞു പോയതറിഞ്ഞില്ല.

നീണ്ട അമറൽ കേട്ടാണുണർന്നത്.

പോത്തും കാളയും കൊമ്പു കോർക്കുന്നു. "നാശങ്ങൾ!"

"പോ... പോ...!" വടിവീശി അലറി.

മല്ലന്മാർ വേർപെട്ട് ഇരുവശത്തേക്ക് മാറി.

മാടമ്പിയുടെ മർദ്ദനം അറിഞ്ഞാൽ അമ്മ സങ്കടപ്പെടും. പാവം അമ്മ!

അമ്മ എങ്ങനെ വലിയവീട്ടിൽ വന്നുപെട്ടു? അതാരുടെ വീടാണ്? തന്റെ കൊച്ചുവീട് എവിടെ?

ഉത്തരം തേടുന്ന ചോദ്യങ്ങൾ.

രാവിലെ കണ്ട ചേച്ചിയോട് ചോദിക്കണം. ആ അമ്മച്ചിയുടെ മുഖം വീണ്ടും ഓർമ്മയിൽ തിളങ്ങി. ഓടിച്ചാടി നടക്കുന്ന അമ്മച്ചി! അവർക്ക് ഒരസുഖവുമില്ല! ഭാഗ്യവതി!

തന്റെ അമ്മയും അതുപോലെ ഓടിച്ചാടി നടന്നിരുന്നെങ്കിൽ.

സോമു ആഗ്രഹിച്ചു.

അമ്മ ഓടിച്ചാടി നടന്നാൽ എങ്ങോട്ടെങ്കിലും പോകണം. മുമ്പ് നാലുകെട്ടിൽ നിന്ന് ഓടിപ്പോയ പയ്യനെപ്പോലെ.

ഒറ്റയ്ക്ക് പോകാൻ വയ്യ. കൂടെ അമ്മയും ഉണ്ടാകണം.

മാടമ്പിയുടെ മർദ്ദനം ഏല്ക്കുവാൻ ഇനി പറ്റുകയില്ല.

മാടമ്പിക്ക് എന്തുമാകാമത്രെ!

അതാ മനസ്സിലാകാത്തത്.

മടങ്ങി എത്തുമ്പോൾ മുറ്റത്ത് ഒരു തുളസിത്തറ കണ്ടു. അവിടെ കത്തുന്ന നിലവിളക്ക് വിളക്കിനു മുമ്പിൽ ഒരു സ്ത്രീ കൈകൂപ്പി നില്ക്കുന്നു.

അതമ്മയാണല്ലോ!

കാണുന്നത് കിനാവാണോ?

4

ആരാണ് ഉടമസ്ഥൻ?

"**അ**മ്മേ." സോമു ആഹ്ലാദത്തോടെ വിളിച്ചു.

"വാ മോനെ."

പ്രസന്നതയോടെ അമ്മ സോമുവിനെ കെട്ടിപ്പിടിച്ചു.

"അമ്മയുടെ അസുഖം മാറിയോ?"

"എങ്ങനെയെന്നറിഞ്ഞില്ല മോനെ. വൈകുന്നേരമായപ്പോൾ എനിക്ക് നടക്കണം എന്നൊരു ആഗ്രഹം. എഴുന്നേറ്റ് നടന്നു. അത്രതന്നെ! ഇപ്പോൾ ഒരു വേദനയുമില്ല."

അമ്മ ഇത്രയധികം സന്തോഷിച്ച് കാണുന്നത് ഇതാദ്യമാണ്.

പതിവുപോലെ ചോറ് കട്ടിലിൽവെച്ചു.

"മോനുണ്ടോ. അമ്മ ഇവിടന്ന് കഴിച്ചു." അമ്മ പറഞ്ഞു.

വിശപ്പുള്ളതിനാൽ സോമു ചോറു മുഴുവൻ വാരിത്തിന്നു.

"അമ്മേ നമ്മുടെ വീടെവിടെ? ഇതാരുടെ വീടാണ്?"

സോമു ചോദിച്ചു.

അമ്മയുടെ മനസ്സിലും ഈ ചോദ്യങ്ങളുണ്ട്. കാലിലെ അസുഖം മാറിയതിന്റെ സന്തോഷമാണിപ്പോൾ.

പെട്ടെന്ന് പുറത്ത് കാറ്റടിച്ചു മിന്നെറിഞ്ഞു. വലിയൊരു ഇടി വെട്ടി. മഴയ്ക്കുള്ള ലക്ഷണമാണ്.

അമ്മ ജനലുകളും വാതിലുകളും അടച്ചു.

അമ്മയുടെ അസുഖം മാറി. ഇനി അമ്മയേയും കൂട്ടി നാടു വിടണം. മാടമ്പിമാരോ കിങ്കരന്മാരോ ഇല്ലാത്ത ഒരിടത്തേക്ക് എത്രയും വേഗം രക്ഷപ്പെടണം.

“അത്താഴം കാലമായി.”

അടുക്കളയിൽ നിന്ന് ചേച്ചി വിളിച്ച് പറഞ്ഞു.

നേരംപോയതറിഞ്ഞില്ല.

“വാ മോനെ.”

അമ്മ കൈക്കുപിടിച്ചെഴുന്നേല്പിച്ചു.

രുചികരങ്ങളായ കറികൾ! കുത്തരിച്ചോറ്! അമ്മയും മകനും വയർ നിറയെ ഉണ്ടു. ചേച്ചിയോട് കാര്യങ്ങൾ തിരക്കണം. കൈകഴുകുമ്പോൾ സോമു വിചാരിച്ചു.

അപ്പോൾ വീണ്ടും മിന്നെറിഞ്ഞു. തുടർന്ന് ശക്തമായ ഒരിടിവെട്ടി. മഴത്തുള്ളികൾ പടപടാന്ന് വീഴാൻ തുടങ്ങി. പെട്ടെന്ന് മഴ ശക്തിയായി. പുറത്ത് കാറ്റിന്റെ ഭയപ്പെടുത്തുന്ന മൂളക്കങ്ങൾ. ഇടയ്ക്കിടക്ക് മിന്നലും ഇടിയും!

കുറെ നേരം അങ്ങനെയിരുന്നു. മഴകഴിഞ്ഞപ്പോൾ നല്ല തണുപ്പായി. അമ്മ കട്ടിലിൽ കിടന്ന് കൂർക്കം വലിക്കുന്നു. ചേച്ചിയും ഉറങ്ങിക്കാണും.

സോമുവിന്റെ കൺപോളകളിൽ ഉറക്കം പിടിയമർത്തി...

രാവിലെ അമ്മ തട്ടിവിളിച്ചു “മോനെ എഴുന്നേല്ക്ക്.”

സോമു എഴുന്നേറ്റു. ഉറക്കം മതിയാകാത്തതുപോലെ.

“ഒരുപാട് തേങ്ങാവീണിട്ടുണ്ട്! ഇന്നലത്തെ കാറ്റത്ത് വീണതാണ്. മാവിഞ്ചുവട്ടിൽ കണ്ണിമാങ്ങാ ഉതിർന്ന് കിടക്കണ്! നിനക്ക് കണ്ണിമാങ്ങാ വലിയ ഇഷ്ടമാണല്ലോ. എല്ലാം പെറുക്കി വെച്ചിട്ടുണ്ട്. വേഗം പല്ല് തേച്ച്വാ.” അമ്മ നിർബ്ബന്ധിച്ചു.

അപ്പോൾ കറവക്കാരൻ പാല് കൊണ്ടുവന്ന് ഉമ്മറത്തുവെച്ചു.

സോമു മുറ്റത്തിറങ്ങി.

പ്ലാവിൽ രണ്ടു കാക്കകൾ ഒരു ചക്കയുടെ അപ്പുറവും ഇപ്പുറവും കിടന്ന് മത്സരിച്ച് കൊത്തുന്നു!

കല്ലെടുത്തെറിഞ്ഞപ്പോൾ കാക്കകൾ തെങ്ങിൽപ്പോയിരുന്നു.

തെങ്ങിൽ പഴുത്തുണങ്ങിയ തേങ്ങകൾ! തെങ്ങുകയറേണ്ട സമയമായിരിക്കുന്നു!

“തെങ്ങു കയറാൻ ആരെങ്കിലും വന്നിരുന്നെങ്കിൽ” സോമു ആഗ്രഹിച്ചു.

“ഇതാ ചായ.”

കുഴിയൻ പിഞ്ഞാണത്തിൽ ചായയുമായി ചേച്ചി നില്ക്കുന്നു.

ചായ മൊത്തിക്കുടിക്കുമ്പോൾ പുതിയ വീടിനെപ്പറ്റി ചോദിക്കുവാൻ വിചാരിച്ചു.

ആ സമയം രണ്ടുപേർ മുറ്റത്തേക്ക് കയറിവന്നു. തോളുകളിൽ ഏണികൾ കൈകളിൽ അരിവളുകളും തളപ്പുകളും.

തെങ്ങുകയറ്റക്കാരാണ്! വീടിന്റെ ഉടമസ്ഥൻ പിന്നാലെ ഉണ്ടാകുമെന്ന് കരുതി. ഓരോരുത്തരും തങ്ങളുടെ ഏണി തെങ്ങിൽ ചാരിവെച്ച് കയറി.

കില് കില് ശബ്ദത്തോടെ ഓലകൾ വീണു. തേങ്ങാക്കുലകൾ വലിയ ശബ്ദത്തോടെ വീണ് നാലുപാടും ചിതറി.

ശബ്ദം കേട്ട് അമ്മ പുറത്തേക്ക് വന്നു. “ഉടമസ്ഥൻ പറഞ്ഞിട്ട് വന്നതായിരിക്കും.” അമ്മ അഭിപ്രായപ്പെട്ടു. “ആരാണുടമസ്ഥൻ?” സോമു ചോദിച്ചു.

“തെങ്ങുകയറിത്തീരട്ടെ. നമുക്ക് ഇവരോടു തന്നെ ചോദിക്കാം.” അമ്മ പറഞ്ഞു.

അതു കൊള്ളാമെന്നു സോമുവിനും തോന്നി.

“എന്താ അമ്മേം മകനും ഇങ്ങനെ നോക്കി നില്ക്കുന്നെ? തേങ്ങായും ഓലയുമൊക്കെ ഇങ്ങനെ കിടന്നാ മതിയോ?” തെങ്ങിൽ നിന്നിറങ്ങിയ ഒരുത്തൻ ചോദിച്ചു.

താമസിച്ചില്ല. അമ്മയും മകനും തേങ്ങാ പെറുക്കി മുറ്റത്തു കൂട്ടി. ഓല വലിച്ചു പറമ്പിൽ ഒരു ഭാഗത്തിട്ടു. കൊതുമ്പുകളും കോഞ്ഞാട്ടകളും അടുക്കളവശത്ത് കൊണ്ടുവന്നിട്ടു.

“മോനെ കന്നുകാലികളെ മേയ്ക്കാൻ പോകണ്ടേ?” ഇടയ്ക്ക് അമ്മ ഓർമ്മിപ്പിച്ചു.

“വെയിലും മഴയും കൊണ്ട് കന്നുകാലികളെ നോക്കിയാൽ ഒരു കിണ്ണം ചോറുമാത്രമല്ല കിട്ടുന്നത്?”

“പിന്നെ?”

“മാടമ്പിത്തമ്പുരാന്റെ ആട്ടും തുപ്പും. മർദ്ദനോം. എനിക്കിനി വയ്യമ്മേ.” സോമു സങ്കടപ്പെട്ടു.

“മാടമ്പിത്തമ്പുരാൻ പിന്നേം നിന്നെത്തല്ലിയോ മോനെ?”

അമ്മ വിഷമത്തോടെ ചോദിച്ചു.

താമസിച്ച് ചെന്നതിന് മാടമ്പിയുടെ കിങ്കരൻ മർദ്ദിച്ച വിവരം സോമു അറിയിച്ചു.

അമ്മക്ക് സങ്കടം സഹിച്ചില്ല.

“മാടമ്പിത്തമ്പുരാന് തല്ലി നോവിക്കാനുള്ളതല്ല എന്റെ മോൻ! എന്റെ കാലിന്റെ അസുഖം മാറിയല്ലോ. ഇനി നീ പണിക്കൊന്നും പോകണ്ട.”

അമ്മ തറപ്പിച്ച് പറഞ്ഞു.

“നമുക്കെങ്ങോട്ടെങ്കിലും പോകാമമ്മേ.”

“പോകാം മോനെ.”

അമ്മ സമ്മതിച്ചു.

സോമുവിന് സമാധാനമായി.

ഈ സമയം തെങ്ങുകയറ്റമൊക്കെ കഴിഞ്ഞു പണിക്കാർ രണ്ടുപേരും കുറെ തേങ്ങാ തെരഞ്ഞെടുത്തു. മടലിൽ അരിവാൾ കൊത്തി പാളവലിച്ചു. ഈരണ്ടുവീതം കൂട്ടിക്കെട്ടി തോളിലിട്ടു. മറുതോളിൽ ഏണിയും കൈകളിൽ അരിവാളും തളപ്പുമായി അവർ മടങ്ങിപ്പോയി.

അമ്മയും മകനും നോക്കുമ്പോൾ തെങ്ങുകയറ്റക്കാരെ കാണാനില്ല. പ്രതീക്ഷിച്ചിരുന്ന ഉടമസ്ഥനും വന്നില്ല.

“ഭക്ഷണം കഴിക്കാൻ വരൂ.” ചേച്ചി വിളിച്ചു. വിശപ്പിന്റെ കാര്യം അപ്പോളാണ് അമ്മയും മകനും ഓർത്തത്. അവർ വേഗത്തിൽ അടുക്കളയിലേക്ക് നടന്നു.

5

മാടമ്പി

തൊഴുത്തിൽ കന്നുകാലികൾ നിർത്താതെ കരഞ്ഞു.

“ആ ചെക്കനും മറ്റവനെപ്പോലെ കടന്നോ?” തമ്പുരാട്ടി പൂമുഖത്ത് ചെന്ന് ചോദിച്ചു.

കന്നുകാലികളുടെ നിലവിളിയും തമ്പുരാട്ടിയുടെ ചോദ്യവും കൂടിയായപ്പോൾ മാടമ്പിക്ക് ദേഷ്യം വന്നു.

“അയ്യപ്പാ, ആ ചെക്കനെ ചെന്ന് നോക്ക്. അവൻ ചത്തോ ജീവിച്ചിരിപ്പുണ്ടോന്ന് വേഗം പറയ്!” മാടമ്പി കല്പിച്ചു. പടിപ്പുരയ്ക്കൽ നിന്ന അയ്യപ്പൻ പുറത്തേക്കിറങ്ങി.

അയ്യപ്പൻ ചെല്ലുമ്പോൾ സോമുവും അമ്മയും തേങ്ങാ പെറുക്കുന്ന തിരക്കിലാണ്. തെങ്ങുകളിൽ തെങ്ങുകയറ്റക്കാർ പണിയിലാണ്.

മുറ്റത്ത് വലിയൊരു വീടു കണ്ടപ്പോൾ അയ്യപ്പന് അതിശയമായി!

അയാൾ വന്നതിന്റെ ഇരട്ടിവേഗത്തിൽ മടങ്ങി.

“തമ്പുരാനെ കണ്ടിട്ട് വിശ്വസിക്കാനാവുന്നില്ല!” പടിപ്പുരയിൽ മടങ്ങിയെത്തിയ അയ്യപ്പൻ പറഞ്ഞു.

“കാര്യം പറേടാ കൊശവാ.”

മാടമ്പി അക്ഷമനായി.

“ആ ചെക്കനും അവന്റെ തളർന്നുകിടന്ന തള്ളേംകൂടി

തേങ്ങാപെറുക്കുന്നു! രണ്ടുപേർ തേങ്ങായിടുന്നു! ചെക്കന്റെ ചെറ്റക്കുടിൽ കാണാനില്ല. അവിടെ വലിയൊരു വീടാണ് കണ്ടത്!"

അയ്യപ്പൻ വിശദീകരിച്ചു.

"ങേഹേ! നേരോ?"

മാടമ്പിക്ക് വിശ്വാസം വന്നില്ല.

"നേരാണ് തമ്പുരാനേ"

അയ്യപ്പൻ പറഞ്ഞു.

"വയ്യാതെ കിടന്ന തള്ള എങ്ങനെ എഴുന്നേറ്റു? വലിയ വീടെപ്പോൾ പണിതു?"

മാടമ്പി ചോദിച്ചു.

"അറിഞ്ഞുകൂടാ തമ്പുരാനെ."

അയ്യപ്പൻ കൈ മലർത്തി.

അയ്യപ്പന് തെറ്റിയതാണോ? അതായി മാടമ്പിയുടെ ചിന്ത.

"ശങ്കരാ....! ചാത്തപ്പാ......!"

അല്പം കഴിഞ്ഞപ്പോൾ മാടമ്പി വിളിച്ചു. ശങ്കരനും ചാത്തപ്പനും ഓടിവന്ന് വാ പൊത്തിനിന്നു.

"ആ ചെക്കനേം തള്ളേനേം ഉടൻ ഹാജരാക്ക്!"

മാടമ്പി കല്പിച്ചു.

ശങ്കരനും ചാത്തപ്പനും ചെല്ലുമ്പോൾ സോമുവും അമ്മയും ഭക്ഷണം കഴിക്കുവാൻ തുടങ്ങുകയായിരുന്നു.

മുറ്റത്ത് ആളനക്കം കേട്ടപ്പോൾ അമ്മ പുറത്തിറങ്ങി നോക്കി.

മാടമ്പിയുടെ കിങ്കരന്മാരെ കണ്ടപ്പോൾ അമ്മ ഞെട്ടി!

"അമ്മേം മകനും എത്രയും വേഗം വരണം. മാടമ്പിത്തമ്പുരാന്റെ കല്പനേണ്!"

ശങ്കരൻ അറിയിച്ചു.

"പൊയ്ക്കോ! ഞങ്ങള് വന്നോളാം." അമ്മ പറഞ്ഞു.

"കാത്ത് നില്ക്കാനൊ? ഹ ഹ ഹാ!"

ചാത്തപ്പൻ പരിഹസിച്ചു.

"വരുന്നോ? അതോ പിടിച്ച് കെട്ടിക്കൊണ്ട് പോണോ?"

ശങ്കരൻ ഭീഷണിപ്പെടുത്തി.

ഈ സമയം സോമു പുറത്തിറങ്ങി വന്നു. കിങ്കരന്മാരെ കണ്ട പ്പോൾ പന്തികേട് തോന്നി.

“വാ മോനെ.”

അമ്മ വിളിച്ചു.

സോമു ഞെട്ടിപ്പോയി! ഇന്ന് അടികൊണ്ടതു തന്നെ. നിവർത്തിയില്ലാത്തതിനാൽ അവൻ അമ്മയുടെ പിന്നാലെ നട ന്നു.

രണ്ട് മൃഗങ്ങളെപ്പോലെ അമ്മയും മകനും മുമ്പേ നടന്നു. അവരെ തെളിയിച്ചു കൊണ്ടെന്നപോലെ കിങ്കരന്മാർ പിന്നാലെ നടന്നു.

അമ്മയേയും മകനേയും ദൂരെവെച്ച് കണ്ടതോടെ മാടമ്പി അസ്വസ്ഥനായി.

“ദീനം മാറിയിട്ടും നീയെന്താടി പണിക്ക് വരാത്തെ?”

മാടമ്പി അമ്മയോട് തട്ടിക്കയറി. അമ്മയുടെ മുഖം ഭയംകൊണ്ട് വിളറി!

“എന്താടാ മിണ്ടാപ്രാണികൾക്ക് ഒന്നും തിന്നണ്ടെ ന്നാണോ?”

മാടമ്പി സോമുവിനോട് ചോദിച്ചു.

സോമു നിന്നു വിറച്ചു. അവന് ഒന്നും പറയുവാൻ കഴി ഞ്ഞില്ല.

‘ങുഹും! നടക്കട്ടെ!”

മാടമ്പി ശങ്കരനെ നോക്കി കല്പിച്ചു. ശങ്കരൻ കയറുമായി വന്നു. താമസിയാതെ അമ്മയേയും മകനെയും ഓരോ തൂണിൽ പിടിച്ചുകെട്ടി.

“ഇത്ര രഹസ്യമായി വീടെങ്ങനെ ഉണ്ടാക്കി? പണം എവി ടന്ന് കിട്ടി? നിധി കിട്ടിയെങ്കിൽ എന്തുകൊണ്ട് എന്നെ അറിയി ച്ചില്ല?” മാടമ്പി ചോദിച്ചു.

അതിനുത്തരം പറയുവാൻ അമ്മയ്ക്കും മകനും കഴിഞ്ഞി ല്ല.

“ദീനം മാറിയിട്ടും നീ പണിക്കുവന്നില്ല!” അമ്മയുടെ പേരി ലുള്ള കുറ്റം.

“മിണ്ടാപ്രാണികളെ പട്ടിണിക്കിടാൻ നീ നോക്കി. ദുഷ്ടൻ!

മഹാപാപി!" സോമുവിന്റെ പേരിലുള്ള കുറ്റമാണ്.

അമ്മയും മകനും പരസ്പരം നോക്കി.

"ങ്ഹും!"

മാടമ്പി ഇരുത്തിമൂളി.

ശങ്കരൻ ചാട്ടവാർ ആഞ്ഞുവീശി.

"ഠോ.! ഠോ.....! ഠോ.........!"

"അമ്മോ...! അയ്യോ......!"

സോമു കിടന്ന് പുളഞ്ഞു.

"എന്റെ കുഞ്ഞിനെ ഒന്നും ചെയ്യല്ലേ തമ്പുരാനെ! അടിയന് വേറാരുമില്ലേ...."

അമ്മ വിലപിച്ചു.

"എന്നാ നീ പറയ്. ആ വീടെങ്ങനെ ഉണ്ടാക്കി?" മാടമ്പി ചോദിച്ചു.

അമ്മ വിതുമ്പിക്കരഞ്ഞു.

"ങ്ഹും!" മാടമ്പി വീണ്ടും മൂളി.

"ഠോ........! ഠോ.....! ഠോ.........!"

അമ്മയുടെ പുറത്ത് ചാട്ടവാർ വീഴാൻ തുടങ്ങി.

അമ്മ ആദ്യം വേദന കടിച്ചുപിടിച്ചു. പിന്നെ സഹിക്കാനായില്ല.

"എന്റെ ദൈവങ്ങളേ....! രക്ഷിക്കണേ...! അയ്യോ......!" അമ്മ അലറിക്കരഞ്ഞു.

അമ്മയുടെ നിലവിളിയും ദയനീയതയും സോമുവിന് സഹിച്ചില്ല.

എന്നാൽ സോമുവിന് എന്തുചെയ്യാൻ പറ്റും? മാടമ്പി എന്തിനും പോന്നവൻ.

തല്ലാനും കൊല്ലാനും അധികാരമുള്ളവൻ!

"ഹഹഹഹാ!"

മാടമ്പിയുടെ അട്ടഹാസം.

അത് പഠിപ്പുര ഭിത്തികളിൽ തട്ടി പ്രതിദ്ധ്വനിക്കുന്നു!

ഒരു കുറ്റവും ചെയ്യാത്ത അമ്മയെ ശിക്ഷിക്കുവാൻ മാടമ്പിക്ക് എന്ത് അധികാരം?

ഈ ദുഷ്ടനെ ചാട്ടവാറ് കൊണ്ടടിക്കുവാൻ ആരെങ്കിലും വന്നിരുന്നെങ്കിൽ. സോമു ആത്മാർത്ഥമായി ആഗ്രഹിച്ചു.

അപ്പോൾ ശങ്കരന്റെ കൈയിൽ നിന്ന് ചാട്ട മേൽപ്പോട്ടുയർന്നു. അടുത്ത നിമിഷം ചാട്ടവാർ ശങ്കരന്റെ മേൽ തലങ്ങും വിലങ്ങും വീഴാൻ തുടങ്ങി. ശങ്കരൻ "അയ്യോ. അയ്യോ" എന്ന് നിലവിളിച്ചുകൊണ്ടോടി.

അപ്പോൾ ചാത്തപ്പൻ വന്ന് ചാട്ടവാർ പിടിക്കുവാൻ നോക്കി.

ചാട്ടവാർ അപ്പോൾ ചാത്തപ്പന്റെ പുറത്തു വന്ന് വീണു. അയാളും "അയ്യോ!" എന്ന് നിലവിളിച്ചു കൊണ്ടോടി.

പെട്ടെന്ന് ഒരത്ഭുതം. മാടമ്പി ചാരുകസേരയിൽ ബന്ധനസ്ഥനായി!

പിന്നെ ചാട്ടവാറിന്റെ മൂളക്കങ്ങൾ. "അമ്മേ...! പരദേവതേ...! രക്ഷിക്കണേ...!"

മാടമ്പി ഉച്ചത്തിൽ നിലവിളിച്ചു.

സംഗതി എന്താണെന്ന് സോമുവിന് മനസ്സിലായില്ല. എന്നാൽ ഇതൊരു രക്ഷപ്പെടാനുള്ള അവസരമാണ്. ആദ്യം കയർ പൊട്ടിക്കണം. കൈയും കാലും ആവുന്നത്ര ശക്തിയെടുത്ത് വിടർത്തി. ഭാഗ്യം! കയർപൊട്ടി. സ്വതന്ത്രനായി.

സോമു വേഗം അമ്മയുടെ കെട്ടഴിക്കുവാൻ തുടങ്ങി.

ഈ സമയം മാടമ്പിയുടെ നിലവിളി കേട്ട് തമ്പുരാട്ടി ഓടിവന്നു.

"അടിക്കല്ലേ... അടിക്കല്ലേ..." തമ്പുരാട്ടി പരിഭ്രമത്തോടെ വിളിച്ചു പറഞ്ഞു.

ആരു കേൾക്കാൻ?

ചാട്ടവാർ ഉയർന്ന് താഴുന്നു.

"ഠേ.... ഠേ....ഠേ....!"

അടി തടുക്കുവാൻ ശ്രമിച്ചപ്പോൾ തമ്പുരാട്ടിയുടെ മേലും കുറെ അടികൾ വീണു.

അതോടെ മാടമ്പിയോടൊപ്പം തമ്പുരാട്ടിയുടെ കരച്ചിലും ചേർന്നു.

"അമ്മേ വാ നമുക്ക് പോകാം."

സോമു അമ്മയുടെ കൈക്ക് പിടിച്ച് വലിച്ചുകൊണ്ട് നിർബ്ബന്ധിച്ചു.

"ആ ദുഷ്ടന് അങ്ങനെതന്നെ വേണം!"

പടിപ്പുരയ്ക്ക് പുറത്തിറങ്ങുമ്പോൾ അമ്മ പറഞ്ഞു.

"ആരാണമ്മേ മാടമ്പിയെ തിരിച്ചടിക്കുന്നത്?" സോമു ചോദിച്ചു.

"ആരായാലെന്ത്? ഇതാണ് കർമ്മഫലമെന്ന് പറയുന്നത്!" അമ്മ അഭിപ്രായപ്പെട്ടു.

മാടമ്പിയുടെയും തമ്പുരാട്ടിയുടെയും കരച്ചിലുകളുടെ ശബ്ദങ്ങൾ അകന്നകന്ന് പോയി. "മാടമ്പിത്തമ്പുരാൻ തല്ലിച്ചിട്ടേയുള്ളൂ. തല്ലുകൊള്ളുന്നത് ആദ്യമാണ്! അല്ലേ അമ്മേ?"

വീട്ടിലെത്തിയപ്പോൾ സോമു ചോദിച്ചു.

"എന്തായാലും അദ്ദേഹത്തിന്റെ ചോറാണ് നമ്മൾ ഉണ്ണുന്നത്!" അമ്മ പറഞ്ഞു.

"നമ്മൾ നല്ലോണം പണിചെയ്തിട്ടല്ലേ?" സോമു തിരിച്ചടിച്ചു.

വീട് അടഞ്ഞു കിടക്കുന്നു!

വാതിൽ അമ്മ തള്ളിത്തുറന്നു. അകത്ത് ചേച്ചിയെ കണ്ടില്ല.!

അടുക്കളയിൽ ചോറും കറികളും തയ്യാർ. "വാമോനെ വല്ലതും കഴിക്കാം." അമ്മ വിളിച്ചു.

6

കത്തിയ പുര

ദിവസങ്ങൾ ഓരോന്നായി കടന്നുപോയി. വീടിന്റെ ഉടമസ്ഥനെ എല്ലാ ദിവസവും പ്രതീക്ഷിക്കും. ചേച്ചി മടങ്ങിവന്നില്ല. തിന്നാനും കുടിക്കുവാനുമുള്ള വക വീട്ടിലുണ്ട്. സോമുവോ അമ്മയോ പിന്നെ പണിക്ക് പോയില്ല. നാടുവിടുന്ന കാര്യം തല്ക്കാലം മാറ്റിവെച്ചു. പറമ്പിൽ നിന്നുള്ള ഉല്പന്നങ്ങൾ വിറ്റും വേണ്ട കൃഷിപ്പണികൾ ചെയ്യിപ്പിച്ചും അമ്മയും മകനും കഴിഞ്ഞുകൂടി.

മാടമ്പിയോ കിങ്കരന്മാരോ പിന്നെ ഉപദ്രവത്തിന് വന്നില്ല.

"നീ കൈക്കുഞ്ഞായിരിക്കുമ്പോൾ അച്ഛൻ മരിച്ചു. വേണ്ടത്ര വിദ്യാഭ്യാസം നല്കാൻ എനിക്ക് കഴിഞ്ഞില്ല." ഒരു ദിവസം അമ്മ പറഞ്ഞു.

"ഒന്നും പഠിക്കാൻ പറ്റാത്തതിൽ എനിക്ക് വിഷമമുണ്ടമ്മേ." സോമു സങ്കടപ്പെട്ടു.

"വിഷമിക്കേണ്ട. പഠിത്തം ഇനിയുമാകാം." അമ്മ ആശ്വസിപ്പിച്ചു.

താമസിയാതെ അമ്മ ഒരു ഗുരുവിനെ കണ്ടെത്തി. ഗുരു സോമുവിനെ അക്ഷരം മുതൽ പഠിപ്പിച്ചുതുടങ്ങി.

"ബുദ്ധിമാൻ! സമർത്ഥൻ!"

ഗുരു പലപ്പോഴും അഭിപ്രായപ്പെടാറുള്ള വാക്കുകളാണിവ.

നാലുവർഷം കഴിഞ്ഞു. മാടമ്പി വീണ്ടും ഉപദ്രവത്തിനെത്തി.

ഉരുളിമലയുടെ താഴ്‌വരയിൽ ഒരു ക്ഷേത്രമുണ്ട്. അവിടെ ഉത്സവമായി. കഥകളിയുണ്ട്. ഗ്രാമവാസികൾ വൈകുന്നേരത്തോടെ ഉരുളിമലയിലേക്ക് വെച്ചുപിടിച്ചു. ആ കൂട്ടത്തിൽ സോമുവും കൂടി.

പരിപാടിയൊക്കെക്കണ്ട് രാവിലെ സോമു മടങ്ങി. ഉറക്കച്ചടവോടെ മുറ്റത്തെത്തിയ സോമു ഞെട്ടിപ്പോയി!"

വീട് അഗ്നിക്കിരയായിരിക്കുന്നു...!

കത്തിത്തീർന്ന ഉത്തരങ്ങളുടേയും കഴുക്കോലുകളുടെയും കരിക്കട്ടകൾ! ഉടഞ്ഞ ഓടുകൾ! ചിതറിയ കല്ലുകൾ! കത്തിക്കരിഞ്ഞ മാവും പ്ലാവും! മുഴുവനും ചാമ്പലായ തൊഴുത്ത്! പശുവും കിടാവും എവിടെ?

"അമ്മേ... അമ്മേ..."

സോമു പരിഭ്രമത്തോടെ വിളിച്ചു. മറുപടിയില്ല.

അമ്മ ഇനി തീയിൽ പെട്ടുകാണുമോ? മനസ്സിന്റെ ഏതോ മൂലയിൽ നിന്ന് അങ്ങനെ ഒരു ചോദ്യം തലപൊക്കി. ഇല്ല അങ്ങനെ വരില്ല. എങ്കിൽ അമ്മ എവിടെ?

"അമ്മേ...... അമ്മേ....."

ഗദ്ഗദത്തോടെ വീണ്ടും വിളിച്ചു.

മറുപടിയില്ല.

"അമ്മേ....!"

അതൊരലർച്ചയായിരുന്നു.

ആ സമയം പടിഞ്ഞാറെ കുറ്റിക്കാട്ടിൽ നിന്ന് ഇലകൾ അനങ്ങി.

"മോനെ....!" ഒരു ദീനസ്വരം. സോമു കുറ്റിക്കാട്ടിലേക്കോടി. ചെടികളും ചില്ലകളും വകഞ്ഞ് മുന്നോട്ട് നീങ്ങി. ചില്ലകൾക്കിടയിൽ ഇരിക്കുന്ന അമ്മയെ സോമു കണ്ടു. അമ്മേയും സോമുവെ കണ്ടു. അമ്മ എഴുന്നേല്ക്കുവാൻ ശ്രമിച്ചു. സോമു ചില്ലകൾ മാറ്റാൻ സഹായിച്ചു.

"മാടമ്പിത്തമ്പുരാൻ ചതിച്ചു മോനെ!"

അമ്മ വിങ്ങിപ്പൊട്ടി.

"എന്തുണ്ടായി അമ്മേ?"

സോമു ആകാംക്ഷയോടെ അമ്മയുടെ കണ്ണിൽ നോക്കി.

"ഞാനുറങ്ങുകയായിരുന്നു. ഒച്ചേം ബഹളോം കേട്ടാണു ണർന്നത്. മുകളിൽ വല്ലാത്ത ചൂട്! എന്തോ പൊട്ടുന്നതുപോലെ കേട്ടു. പശുവിന്റെ നിർത്താതെയുള്ള നിലവിളീം! അടുക്കള വാതിൽ തുറന്ന് പുറത്തിറങ്ങുമ്പോൾ പുര കത്തുന്നതാണ് കണ്ടത്. ചിലർ കട്ടാമ്പാര കൊണ്ട് ഭിത്തി കുത്തിമറിക്കണ്! ഇരുളിന്റെ മറപറ്റി ഞാൻ പുറത്തിറങ്ങി. തപ്പിത്തടഞ്ഞ് ഓടി ഇവിടെയെത്തി. ആരും കാണാതിരുന്നത് ഭാഗ്യം!"

"അങ്ങനെ വീട് ചാമ്പലായി! അമ്മേം മകനും പരലോകത്തേക്ക് പോയി!" ഒരുത്തൻ ഉറക്കെ പറയുന്നു.

"ഇനി മാടമ്പിത്തമ്പുരാൻ ഒത്തിരി സന്തോഷിക്കും."

മറ്റൊരുത്തൻ.

"ഒന്നുകൂടി മിനുങ്ങാൻ കള്ള് തരുമോടോ?"

"തീർച്ചയായും! നേരം വെളുക്കുന്നതുവരെ നമുക്ക് മിനുങ്ങാന്ന്!"

പുര കത്തിക്കുന്നവരുടെ സംഭാഷണങ്ങൾ.

"ശ്വാസം അടക്കിപ്പിടിച്ചാണ് ഞാനിവിടെ കഴിഞ്ഞത്. പുര കത്തി തീർന്നപ്പോൾ അവന്മാരെല്ലാം ഓടിപ്പോയി. മാടമ്പിത്തമ്പുരാൻ എന്ത് ചെയ്താലും ചോദിക്കാൻ ആരും വരുകേലല്ലോ?"

അമ്മ വിശദീകരിച്ചു.

ശ്വാസമടക്കിപ്പിടിച്ചാണ് സോമു അത് കേട്ടത്.

അമ്മയെ തിരിച്ചുകിട്ടിയതിൽ സോമുവിന് ആശ്വാസമായി.

കുറെക്കഴിഞ്ഞപ്പോൾ സോമുവിന് ഉറക്കം വന്നു. പച്ചമണ്ണിൽ കിടന്ന് ഉറക്കമായി.

അമ്മയുടെ വിളി കേട്ടാണുണർന്നത്. "ഇന്നു ഒന്നും കഴിച്ചില്ലല്ലോ!"

അമ്മ ചേമ്പിലയിൽ കുറെ ചുട്ട കിഴങ്ങുകൾ കൊണ്ടുവന്ന് വെച്ചു.

തൊലി കളഞ്ഞ് തിന്നുമ്പോൾ നല്ല രുചി തോന്നി.

"നമുക്കെങ്ങോട്ടെങ്കിലും പോയാലോ അമ്മേ?" മാറ്റിവെച്ച ആഗ്രഹം സോമുവിൽ വീണ്ടും തലപൊക്കി.

"ഞാനും അതുതന്നെയാണ് ചിന്തിക്കുന്നത്." അമ്മ പറഞ്ഞു.

പെട്ടെന്ന് അന്തരീക്ഷം ഇരുണ്ടു. ആകാശം നിറയെ കറുത്ത മേഘങ്ങൾ മിന്നലെറിഞ്ഞു. ഇടിവെട്ടി.

ഞാവൽമരത്തിൽ കാക്കകൾ ചേക്കേറുന്ന ബഹളം. മഴ കുറേശ്ശെ ചാറിത്തുടങ്ങി. ഇലകളുടെ മറവിൽ നനഞ്ഞില്ല. എന്നാൽ ശക്തിയായി പെയ്താൽ നനയും.

ഒരു വീട് ആവശ്യമാണ്. വേണ്ടത്ര സൗകര്യമുള്ള വീടാണ് മാടമ്പിയുടെ കിങ്കരന്മാർ കത്തിച്ചത്. അതേപോലുള്ള ഒരു വീട് ഉണ്ടായിരുന്നെങ്കിൽ.

മനസ്സിലങ്ങനെ ഒരാഗ്രഹം പൊട്ടിമുളച്ചു. കത്തിപ്പോയ വീടിന്റെ ഗുണങ്ങളോർത്ത് കിടന്നു ഉറങ്ങിപ്പോയി.

കാക്കളുടെ കരച്ചിൽ കേട്ടാണുണർന്നത്.

അത്ഭുതം! കിടക്കുന്നത് കുറ്റിക്കാട്ടിലല്ല! കട്ടിലിലാണ്. അടുത്ത കട്ടിലിൽ അമ്മ കിടക്കുന്നു!

പശുക്കൾ നിലവിളിക്കുന്നു!

വാതിലിൽ മുട്ട് കേട്ടു.

"പാത്രം കൊണ്ടുവാ!" കറവക്കാരനാണ്.

അടുക്കളയിൽ നിന്ന് പാത്രമെടുത്ത് കൊടുത്തു.

പുരയുടെ ചുറ്റും നടന്ന് നോക്കി. മാറ്റമൊന്നുമില്ല. മാവും പ്ലാവും തെങ്ങുമൊക്കെ പച്ചയായി നില്ക്കുന്നു! പശുക്കൾ രണ്ടും തൊഴുത്തിലുണ്ട്! മുറ്റത്തും പറമ്പിലും ഒരു മാറ്റവുമില്ല.

കണ്ടത് സ്വപ്നമാണോ? സോമു വിസ്മയത്തോടെ അങ്ങനെ നിന്നു.

"കേട്ടോടാ മോനെ, മാടമ്പിയുടെ ആൾക്കാർ വീട് കത്തിച്ചതായി ഇന്നലെ ഞാൻ വല്ലാത്തൊരു സ്വപ്നം കണ്ടു." പുറത്തിറങ്ങിയ അമ്മ പറഞ്ഞു.

"വീട് കത്തിയതായി ഞാനും ഒരു സ്വപ്നം കണ്ടമ്മേ."

സോമു പറഞ്ഞു.

"വാ മോനെ പ്രാതൽ കഴിക്കാം." അമ്മ വിളിച്ചു.

അപ്പോൾ അമ്മയും മകനും ആ കാഴ്ച കണ്ടു.

ദൂരെനിന്ന് മാടമ്പിയും ശങ്കരനും അതിവേഗം നടന്നടുക്കുന്നു.

ഇതെന്തിനുള്ള വരവാണ്? അതാണ് അമ്മയേയും മകനേയും അലട്ടിയ ചോദ്യം.

മുറ്റത്തേക്ക് കയറിയ മാടമ്പിയും ശങ്കരനും പിടിച്ചതുപോലെ നിന്നു!

7

പക

മാടമ്പിക്ക് അമ്മയോടും സോമുവിനോടും പകയുണ്ട്. അന്നത്തെ സംഭവം എന്നും ഓർമ്മയിലുണ്ട്. താൻ തല്ലിച്ചിട്ടേ യുള്ളൂ ആരും തന്നെ തല്ലിയിട്ടില്ല. തന്നെ കെട്ടിയിട്ട് തല്ലിയവൻ ആരാണെന്നറിഞ്ഞുകൂടാ. എല്ലാം പെട്ടെന്നായിരുന്നല്ലോ. തന്റെ കിങ്കരന്മാരല്ല.

ഒന്നുറപ്പാണ് ആ അജ്ഞാതൻ കാരണം അമ്മയും മകനും രക്ഷപ്പെട്ടു!

അമ്മയേയും മകനേയും ഒരു പാഠം പഠിപ്പിക്കണം. അതി നുള്ള അവസരം കാത്തിരിക്കുമ്പോളാണ് ഉരുളിമലയിൽ ഉത്സവം ആയത്.

നാട്ടിലുള്ളവർ ഉത്സവത്തിന് പോകും. അപ്പോൾ തന്റെ പദ്ധ തികൾ നടപ്പിലാക്കണം.

കിങ്കരന്മാരെ ഏർപ്പാടാക്കി. അവർ പറഞ്ഞതുപോലെ ചെയ്തു. വീട് അഗ്നിക്കിരയാക്കി! അമ്മയും മകനും തീയിലെരി ഞ്ഞു!

ഇനി ആ സ്ഥലം കയ്യേറി സ്വന്തമാക്കണം...

മാടമ്പി ഉത്സാഹത്തോടെ പുറപ്പെട്ടു. പിന്നാലെ ശങ്കരനും.

മുറ്റത്ത് കയറിയ മാടമ്പി അത്ഭുതപ്പെട്ടു!

വലിയ പുര! ഫലവൃക്ഷങ്ങൾ! തൊഴുത്തിൽ പശുക്കൾ!

മുറ്റത്ത് അമ്മയും മകനും ജീവനോടെ നില്ക്കുന്നു! എങ്ങും തീ പിടുത്തത്തിന്റെ ഒരു ലക്ഷണവുമില്ല.

മാടമ്പിക്ക് നിരാശയായി! ദേഷ്യമായി! അദ്ദേഹം കാർക്കിച്ച് തുപ്പി വന്നതിനേക്കാൾ വേഗത്തിൽ മടങ്ങി. ശങ്കരൻ പിന്നാലെ ഓടി.

നാല് കെട്ടിൽ തിരിച്ചെത്തിയ ഉടനെ കിങ്കരന്മാരെയൊക്കെ വിളിച്ചു വരുത്തി.

അവർ വാ പൊത്തി നിന്നു.

മാടമ്പി വിസ്താരം തുടങ്ങി.

"വീട് കത്തിച്ചു. ഭിത്തി തട്ടിക്കളഞ്ഞു. അമ്മയും മകനും അതിലുണ്ടായിരുന്നെങ്കിൽ മരിച്ചിട്ടുണ്ട്. അടിയങ്ങൾ പറയുന്നത് സത്യമാണ് തമ്പുരാനെ."

കിങ്കരന്മാരുടെ നേതാവ് പറഞ്ഞു. "വീടിന് ഒരു കുഴപ്പോമില്ല. അമ്മയും മകനും അവിടെത്തന്നെയുണ്ട്!" മാടമ്പി നിരാശയോടെ അറിയച്ചു.

കിങ്കരന്മാർ അന്തിച്ച് നിന്നു!

താൻ കണ്ടത് സത്യമാണ്. കിങ്കരന്മാർ പറയുന്നത് സത്യമാണെങ്കിൽ എന്തോ സംഭവിച്ചിട്ടുണ്ട്?

ചെറ്റക്കുടിൽ നിന്നിടത്ത് വലിയ പുര. അജ്ഞാതന്റെ മർദ്ദനം!

അമ്മയും മകനും രക്ഷപ്പെട്ടത്!

കത്തിച്ചിട്ടും പഴയതുപോലെ നില്ക്കുന്ന പുര! ഇതൊക്കെ എങ്ങനെ സംഭവിച്ചു?

മാടമ്പി ചിന്താക്കുഴപ്പത്തിലായി...

വർഷങ്ങൾ ചിലത് കടന്നുപോയി. മാടമ്പിയുടെ പക ആളിക്കത്തുവാൻ വീണ്ടും ഒരവസരം വന്നു.

"ആ ധിക്കാരിത്തള്ളയെയും പോക്കിരിച്ചെക്കനെയും ഇത്തവണ ഞാൻ കുടുക്കും. അതുറപ്പാണ്!" – മാടമ്പി പറഞ്ഞു.

"എങ്ങനെ?" വെറ്റില തെറുത്തുകൊണ്ടിരുന്ന തമ്പുരാട്ടി ചോദിച്ചു.

"കാത്തിരുന്ന് കാണുക." മാടമ്പി പറഞ്ഞു.

മാടമ്പിയുടെ കുടുംബക്ഷേത്രത്തിൽ ഉത്സവമായി. നേരം വെളുക്കുന്നതുവരെ പരിപാടിയുണ്ട്. ഗ്രാമത്തിലെ സകലമാന പേരും ഉത്സവത്തിൽ പങ്കെടുക്കും. എല്ലാവർക്കും രണ്ടുനേരവും വിഭവസമൃദ്ധമായ സദ്യയുമുണ്ട്.

ഉച്ചകഴിഞ്ഞാൽ പരിപാടി തുടങ്ങും.

ആദ്യം ഗുസ്തിയാണ്. ക്ഷേത്രത്തിന് മുന്നിലുള്ള മൈതാനത്താണ് ഗുസ്തി നടക്കുക. അന്യനാട്ടിൽ നിന്ന് വരുന്ന രണ്ട് മല്ലന്മാർ തമ്മിലാണ് പോരാട്ടം.

നാട്ടിലെ വീരന്മാരായ യുവാക്കൾ ജേതാവായ മല്ലനുമായി പോരാടണം. അത് യുവാക്കളുടെ ശക്തി വർദ്ധിപ്പിക്കും. പരദേവതയുടെ അനുഗ്രഹമുണ്ടാകും. അതാണ് വിശ്വാസം. തോല്വിയും ജയവും. പ്രശ്നമേയല്ല. പണ്ടുമുതലേയുള്ള പതിവാണിത്.

ഒരു രഹസ്യം.

മാടമ്പിക്ക് അനിഷ്ടമുള്ളവരെ ഒതുക്കാനുള്ള ഒരു തന്ത്രമാണിത്. അതറിയാവുന്നവരുണ്ടെങ്കിലും ആരും പ്രതികരിക്കാറില്ല.

മാടമ്പി എന്തിനും പോന്നവനാണല്ലോ!

മൈതാനം കാണികളെക്കൊണ്ട് നിറഞ്ഞു.

കാര്യക്കാരൻ വിസിലടിച്ചു.

ചെണ്ടമേളം ഉയർന്നു.

ഷഡ്ഡി മാത്രം ധരിച്ച രണ്ട് മല്ലന്മാർ ഗോദയിലേക്ക് വരവായി.

അവർ പരദേവതയെ കൈകൂപ്പി പ്രാർത്ഥിച്ചു.

രണ്ടാമത്തെ വിസിലടി മുഴങ്ങി. മല്ലന്മാർ അഭിമുഖമായി നിന്നു. കൈയും കാലും മാറി മാറി ഉയർത്തി പോരിന് തയ്യാറെടുത്തു.

കാണികൾ ആകാംക്ഷയുടെ മുൾമുനയിൽ നില്ക്കേ മൂന്നാമത്തെ വിസിലടിയായി.

കൈക്കരുത്ത് പ്രകടിപ്പിച്ചും എതിരാളിയെ മറിച്ചിട്ടും ഒരാൾ മറ്റൊരാളിന്റെ മുതുകത്ത് കയറിയും പ്രകടനം മുന്നേറി. പ്രകടനത്തിൽ മുന്നേറുന്നവനെ കൈയടിച്ചും പിന്നിലാകുന്നവനെ കൂക്കിവിളിച്ചും കാണികൾ രംഗം കൊഴുപ്പിച്ചു.

അവസാനം ഒരുത്തനെ മലർത്തിയടിച്ച് മറ്റൊരാൾ അരക്കെട്ടിൽ കയറിയിരുന്ന് വിജയം ഉറപ്പാക്കി.

ജേതാവിന് ആർപ്പുവിളികൾ!

പരാജിതന് കൂക്കുവിളികൾ!

ചെണ്ടവാദ്യം നിലച്ചു.

കാര്യക്കാരൻ കോളാമ്പിയിൽ കൂടിവിളിച്ചു പറയുന്നു: "ഭക്തജനങ്ങളെ ഇനി വീരന്മാരെ അനുഗ്രഹിക്കലാണ്. ആ ചടങ്ങിന്റെ തുടക്കത്തിനായി ബഹുമാനപ്പെട്ട മാടമ്പി അദ്ദേഹത്തെ സന്തോഷപൂർവ്വം സ്വാഗതം ചെയ്തുകൊള്ളുന്നു."

സദസിൽ പ്രത്യേകമൊരുക്കിയ ഇരിപ്പിടത്തിൽ നിന്ന് മാടമ്പി എഴുന്നേറ്റു.

"ഭക്തജനങ്ങളേ, പുലർച്ചെ വെളിച്ചപ്പാട് ഉറഞ്ഞ് തുള്ളിയിരിക്കുന്നു! ജേതാവുമായി പോരാടുവാനുള്ളവരെ വെളിപ്പെടുത്തിയിരിക്കുന്നു! ആ ഭാഗ്യവാന്മാർ നാടിന്നഭിമാനമാണ്! അവരുടെ വിവരങ്ങൾ ഒന്നേ, പനന്തറയിൽ കോരൻമകൻ വീരൻ. രണ്ടേ, ഞാവൽപ്പറമ്പിൽ അമ്മുവിന്റെ മകൻ സോമു. മൂന്നേ, തറയിൽ ചാത്തൻ മകൻ കുഞ്ഞൻ.

മാടമ്പി അറിയിച്ചു.

പേര് നിർദ്ദേശിക്കപ്പെട്ട യുവാക്കളും അവരുടെ ഉറ്റവരും ഇരുട്ടടി ഏറ്റതുപോലെയായി!

സോമുവും അമ്മയും പരസ്പരം നോക്കി.

"ഇത് ചതിയാണ് മോനെ!"

അമ്മ പറഞ്ഞു.

"രക്ഷപ്പെടാൻ എന്താണ് വഴി?"

സോമുവിന്റെ ചിന്ത അതായിരുന്നു.

8

ജേതാവിന്റെ പരാജയം

വിസിലടി മുഴങ്ങി. മൈതാനം നിശ്ശബ്ദമായി.

ചുവന്ന ഷഡ്ഡി ധരിച്ച് പന്തറയിൽ കോരൻ മകൻ വീരൻ കാര്യക്കാരുടെ മുറിയിൽനിന്ന് പുറത്തിറങ്ങി.

ഗോദായിൽ ജേതാവായ മല്ലൻ കൈയും കാലും മാറിമാറി ഉയർത്തി തയ്യാറെടുത്തു.

ചെണ്ടമേളം തുടങ്ങി.

"വീരാ വീരാ മുന്നോട്ട്."

സദസിന്റെ ഒരു കോണിൽ നിന്ന് കുറെ ചെറുപ്പക്കാർ വിളിച്ച് പറഞ്ഞു.

ഗോദയിലെത്തിയ വീരൻ മല്ലനെ ഭയത്തോടെ നോക്കി.

മല്ലൻ രണ്ടു കൈയും ഉയർത്തി. ഗുരു ശിഷ്യനെയെന്ന പോലെ വീരനെ അനുഗ്രഹിച്ചു.

"വീരാ വീരാ മുന്നോട്ട്!"

വീണ്ടും വായ്ത്താരി.

പെട്ടെന്ന് വീരന് ആവേശമുണ്ടായി.

മല്ലൻ രണ്ട് ചുവട് പിറകോട്ട് വെച്ചു. പിന്നെ വീരനെ ആക്രമിക്കുവാനെത്തി. വീരൻ സർവ്വശക്തിയുമെടുത്ത് ആക്രമണത്തെ തടുക്കുവാൻ നോക്കി.

മല്ലനും വീരനും കെട്ടിമറിഞ്ഞു. ആർപ്പുവിളി!

വായ്ത്താരി!

മല്ലൻ വീരനെ എടുത്തുയർത്തി. തുടർന്ന് ഒരേറ്.

വീരൻ ഗോദയ്ക്ക് പുറത്ത് മലർന്നടിച്ച് വീണു. അവന്റെ നടുവൊടിഞ്ഞു!

മാടമ്പിയുടെ ചുണ്ടിൽ പുഞ്ചിരി വിരിഞ്ഞു.

രണ്ടുപേർ വന്ന് വീരനെ എടുത്തുകൊണ്ടുപോയി.

വീണ്ടും വിസിലടി.

കാര്യക്കാരുടെ മുറിയിൽ നിന്ന് സോമു അടിവെച്ചടിവെച്ച് വരവായി.

"വീരാ ധീരാ മുന്നോട്ട്."

വായ്ത്താരി ഉയർന്നു.

മുറുകുന്ന ചെണ്ടമേളം.

ഗോദയിലെത്തിയ സോമു നാലുപാടും നോക്കി. ജനം ഉറ്റുനോക്കുന്നു. അതവനൊരു ഉണർവ്വായി.

മല്ലനെ ജയിക്കാനെന്ത് വഴി? വീരന്റെ അവസ്ഥ ഉണ്ടാകരുത്. മല്ലനെ ജയിക്കണം. മാടമ്പിയുടെ ചതിയിൽപ്പെടരുത്.

അപ്പോൾ മല്ലൻ അടുത്തുവന്ന് രണ്ടുകൈയുമുയർത്തി സോമുവെ അനുഗ്രഹിച്ചു.

സോമു കണ്ണടച്ചു പ്രാർത്ഥിച്ചു. "എനിക്ക് ജയിക്കണം. മല്ലനെ തോല്പിക്കണം."

സോമു കണ്ണു തുറന്നതും മല്ലൻ അവനെ എടുത്തുയർത്തി.

സോമു കൈകൾ വിടർത്തി ഞരമ്പുകൾ വലിഞ്ഞുമുറുകി. ആവേശം ശരീരം മുഴുവൻ കത്തിപ്പടർന്നു.

മല്ലന് സോമുവിന്റെ ഭാരം താങ്ങാൻ പറ്റാതാവുന്നു! അയാൾ ശക്തി മുഴുവനെടുത്ത് സോമുവെ മേലോട്ട് തള്ളി.

താഴേക്ക് വന്ന സോമു നിലത്ത് ഉറച്ചു നിന്നു.

മല്ലൻ നെഞ്ചുവിരിച്ച് തുടയ്ക്കടിച്ച് മുന്നോട്ടെടുത്തു.

സോമു മുഷ്ടി ചുരുട്ടി ഒറ്റയിടി. മല്ലൻ തെറിച്ച് വീണു.

മല്ലൻ സാവധാനം എഴുന്നേറ്റ് വന്നു.

സോമു ആഞ്ഞൊരിടി അതോടെ മല്ലൻ മറിഞ്ഞുവീണു.

സോമുവിന്റെ ശക്തിയും ആവേശവും മല്ലനെ അത്ഭുതപ്പെടുത്തി.

സോമു മല്ലനെ മലർത്തിക്കിടത്തി. ഇരു കവിളിലും ആഞ്ഞാഞ്ഞിടിച്ചു. ഇടി തടുക്കാനാകാതെ മല്ലൻ വെപ്രാളപ്പെട്ടു. മല്ലന്റെ വായിൽക്കൂടിയും മൂക്കിൽക്കൂടിയും ചോരയൊലിച്ചു.

അവസാനം സോമു മല്ലനെ കോരിയെടുത്ത് വട്ടം കറക്കി ഒരേറ്!

"അയ്യോാാാ!"

ഗോദയ്ക്ക് പുറത്തുനിന്ന് മല്ലന്റെ നിലവിളി.

ചെണ്ടമേളം നിന്നു. നീണ്ട കരഘോഷം. ഉയർന്ന ആർപ്പുവിളി!

മാടമ്പി സ്തബ്ധനായി! കാര്യക്കാരൻ അന്തംവിട്ടു നിന്നു!

ചരിത്രത്തിലാദ്യമായി ഒരുത്തൻ മല്ലനെ പരാജയപ്പെടുത്തിയിരിക്കുന്നു!

"പരദേവതയുടെ അനുഗ്രഹമുള്ള കുട്ടിയാണ്!" ശാന്തിക്കാരൻ അഭിപ്രായപ്പെട്ടു.

"വളരെ ശരിയാണ്!" കാര്യക്കാരൻ അനുകൂലിച്ചു.

"മണ്ണാങ്കട്ട!"

മാടമ്പി കാർക്കിച്ചു തുപ്പി. അദ്ദേഹം ആഞ്ഞ് ചവിട്ടിക്കൊണ്ട് സ്ഥലം വിട്ടു.

അപ്രതീക്ഷിതമായ വിജയത്തിൽ സോമുവിന് അടക്കാനാവാത്ത സന്തോഷം! ആ സമയത്ത് തന്നിൽ എങ്ങനെ ഇത്രമാത്രം ശക്തിയുണ്ടായി? ആരോ തന്നിൽ ആവേശിച്ചതുപോലെ തോന്നി.

സോമു ആൾക്കൂട്ടത്തിൽ നിന്ന് പുറത്തിറങ്ങി. അമ്മയെ തെരഞ്ഞു.

അമ്മ ക്ഷേത്രനടയിൽ കൈകൂപ്പി നില്ക്കുന്നു.

"അമ്മേ..."

ഉറക്കെ വിളിച്ചു.

അമ്മ ഓടിവന്നു.

"എല്ലാം പരദേവതയുടെ അനുഗ്രഹമാണു മോനെ!"

അമ്മ അഭിപ്രായപ്പെട്ടു.

മകൻ അമ്മയെ കെട്ടിപ്പിടിച്ച് ആഹ്ലാദം പങ്കിട്ടു.

9

രാജകുമാരിയുടെ സ്വയംവരം

സോമു നാട്ടിലെ ഒരു വീരനാണ്. യുവാക്കളുടെ ആരാധനാപാത്രം! നിലയും വിലയുമുള്ളവൻ!

കന്നാലിച്ചെക്കൻ.

താണനിലയിലുള്ളവൻ.

ഇതെല്ലാം നാട്ടുകാർ മറന്നു. എന്നാൽ ഇതെല്ലാം ഓർത്തുകൊണ്ടിരിക്കുന്ന ഒരാളുണ്ട്. അത് മാടമ്പിയാണ്.

താൻ വെച്ച കെണിയിൽ നിന്ന് ഒരാൾ രക്ഷപ്പെട്ടിരിക്കുന്നു! വീരനായിരിക്കുന്നു!

അവൻ തന്റെ നേരെയുള്ള വെല്ലുവിളിയാണ്!

ആ വെല്ലുവിളി നേരിടണം.

അതിനുള്ള ഒരവസരം കാത്തിരിക്കുകയാണ് മാടമ്പി.

കുറെ നാൾ കഴിഞ്ഞപ്പോൾ മാടമ്പിക്ക് ഒരവസരം വീണുകിട്ടി.

ഒരുനാൾ രാജവീഥിയിൽ രണ്ട് രാജഭടന്മാരെത്തി. ഒരാൾ പെരുമ്പറ കൊട്ടി. ആളുകൾ ഓടിയെത്തി.

രണ്ടാമത്തെയാൾ തോൽച്ചുരുൾ നിവർത്തി രാജാവിന്റെ അറിയിപ്പ് വായിച്ചു.

“അശോകപുരത്തെ സർവ്വമാന പേരുടേയും അറിവിലേക്ക്... വീരശൂര പരാക്രമി രാജമാന്യശ്രീശ്രീശ്രീ രാജസുന്ദര മഹാരാ

ജാവ് അവർകൾ വിളംബരപ്പെടുത്തുന്നത്: സുധീര രാജകുമാരിയുടെ സ്വയംവരാഘോഷം ഈ പത്താം തീയതി നടക്കുകയാണ്. മല്ലയുദ്ധം. കുതിരപ്പന്തയം എന്നീ മത്സരങ്ങളിൽ വിജയിക്കുന്ന യുവാവിനെ സുധീര രാജകുമാരി വരണമാല്യം അണിയിക്കുന്നതാണ്. ധീരന്മാരായ യുവാക്കൾക്ക് സ്വയം വരാഘോഷത്തിലേക്ക് സ്വാഗതം!"

വീണ്ടും പെരുമ്പറ കൊട്ടി. പിന്നീട് രാജഭടന്മാർ മറ്റൊരു സ്ഥലത്തേക്ക് പോയി.

സ്വയംവരവാർത്ത മാടമ്പിയെ അതീവ സന്തോഷവാനാക്കി.

അത്താഴം കഴിഞ്ഞ് ആട്ട് കട്ടിലിൽ ഇരുന്ന് വിശ്രമിക്കുമ്പോൾ മാടമ്പി പൊട്ടിച്ചിരിച്ചു. "ഹ ഹ ഹ ഹാ!"

"ങേഹേ! ഇതെന്ത് പറ്റി?"

വെറ്റിലയിൽ ചുണ്ണാമ്പ് തേച്ച് തെറുക്കുന്ന തമ്പുരാട്ടി ചോദിച്ചു.

"രാജകുമാരിയുടെ സ്വയംവരം തീരുമാനിച്ചു. മത്സരത്തിൽ ജയിച്ചാൽ രാജകുമാരിയെ സ്വന്തമാക്കാം."

മാടമ്പി പറഞ്ഞു.

"എന്താ നിങ്ങൾ പങ്കെടുക്കുന്നുണ്ടോ?"

തമ്പുരാട്ടി പരിഹസിച്ചു.

"ഉണ്ട്. മത്സരത്തിനല്ല, മത്സരം കാണാൻ."

"അതിന് ഇത്ര സന്തോഷം എന്താണാവോ?"

"സ്വയംവരത്തിന് ഈ ഗ്രാമത്തിൽ നിന്ന് ഒരാളെ ഞാൻ പങ്കെടുപ്പിക്കും."

"ആരാണാ ധീരൻ?"

'ഞാവൽപ്പറമ്പിൽ അമ്മുവിന്റെ മകൻ സോമു!"

"ങേഹേ! ഒന്നുകൂടി ആലോചിച്ചിട്ടു പോരെ? അവനെങ്ങാൻ മത്സരത്തിൽ ജയിച്ചാൽ... നാമവന്റെ കീഴിലാകും."

"ഒവ്വെ! അതിനിത്തിരി പുളിക്കും!"

"പരദേവതയുടെ ക്ഷേത്രത്തിൽ മല്ലനെ തോല്പിച്ചത് മറന്നോ?"

"നേരിടേണ്ടത് അതിശക്തനായ മല്ലനോടാണ്! പിന്നെ കുതി

രയെ തൊട്ടുനോക്കാത്ത അവനെങ്ങനെ പന്തയക്കുതിരയെ മെരുക്കും?"

"പണ്ട് അവനെ തൊട്ടതിന് അജ്ഞാതന്റെ ചാട്ടവാറടിയേറ്റ വരല്ലേ നമ്മൾ."

"അംബുജം ഇപ്പോളും അതോർക്കുന്നുണ്ട് അല്ലേ?"

"എങ്ങനെ മറക്കും? പ്രഹരം അത്ര കട്ടിയായിരുന്നല്ലോ!"

"നോക്കിക്കോ ഇത്തവണ അവന്റെ കുറുമ്പ് ഞാൻ കുറയ്ക്കും. അല്ലെങ്കിൽ ഈ മാടമ്പിസ്ഥാനം വലിച്ചെറിയും."

മാടമ്പി ഉറക്കത്തിനുള്ള വട്ടം കൂട്ടി.

അടുത്തദിവസം മാടമ്പി സോമുവെ ആളയച്ച് വരുത്തി.

"രാജകുമാരിയുടെ സ്വയംവരത്തിന് ഈ ഗ്രാമത്തിൽനിന്ന് ഒരാളെങ്കിലും പങ്കെടുക്കണം. പരദേവതയുടെ ക്ഷേത്രത്തിൽ മല്ലനെ ജയിച്ചവനാണ് അതിനെന്തുകൊണ്ടും യോഗ്യൻ!" മാടമ്പി അറിയിച്ചു.

"അടിയന് അതിനൊന്നും താല്പര്യമില്ല തമ്പുരാനെ."

സോമു ഒഴിയാൻ നോക്കി.

"കഴിവുണ്ടായിട്ടും പങ്കെടുക്കാതിരുന്നാൽ രാജനിന്ദയാകും! രാജനിന്ദക്കുള്ള ശിക്ഷ കടുത്തതാണ്!"

മാടമ്പി ഭീഷണിപ്പെടുത്തി.

സോമുവിന് മറുപടിയില്ല.

"സ്വയംവരത്തിൽ പങ്കെടുക്കുവാൻ തയ്യാറായിക്കോ."

മാടമ്പി കല്പിച്ചു.

"മാടമ്പി പക തീർക്കാനുള്ള കരുക്കൾ നീക്കുകയാണ് മോനെ."

വിവരം അറിഞ്ഞപ്പോൾ അമ്മ പറഞ്ഞു.

"പോകാതിരുന്നാലോ അമ്മേ?"

"മാടമ്പി പൊല്ലാപ്പുണ്ടാക്കുകയില്ലെന്ന് എന്താണുറപ്പ്?"

അമ്മയ്ക്ക് ആധിയായി.

മാടമ്പിയുടെ കെണിയിൽ നിന്ന് എങ്ങനെ രക്ഷപ്പെടാം?

അമ്മയ്ക്കും മകനും അതായി ചിന്ത.

ദിവസങ്ങൾ അതിവേഗം ഇരുണ്ട് വെളുത്തു.

സ്വയംവരത്തിന് ഇനി ഒരേയൊരു ദിവസം മാത്രം.

“മോനെ നിനക്ക് എന്തായാലും ഒരു വിവാഹം വേണം. അത് രാജകുമാരി തന്നെയാകട്ടെ. എന്താ?”

രാവിലെ അമ്മ പറഞ്ഞു.

“അമ്മ എന്ത് വിഡ്ഢിത്തമാണ് പറയുന്നത്?” സോമു ചോദിച്ചു.

“മോനെ നീ സ്വയംവരത്തിന് പോവുകതന്നെ വേണം! മത്സരത്തിൽ തോറ്റാൽ തലയൊന്നും പോവുകയില്ല!”

അമ്മ അഭിപ്രായപ്പെട്ടു.

ശരിയാണല്ലോ. തോറ്റാൽ കുഴപ്പമില്ല. പങ്കെടുക്കാതിരുന്നാലോ രാജനിന്ദയാകും! അതിന്റെ പേരിൽ മാടമ്പി കുഴപ്പമുണ്ടാക്കും. അമ്മയുടെ അഭിപ്രായത്തിന് കഴമ്പുണ്ടെന്ന് സോമുവിന് തോന്നി...

അശോകപുരം കൊട്ടാരത്തിൽ സുധീര രാജകുമാരിയുടെ സ്വയംവരാഘോഷമാണ്.

മത്സരത്തിൽ പങ്കെടുക്കുവാൻ ഒരുപാട് യുവാക്കൾ എത്തിയിട്ടുണ്ട്. അക്കൂട്ടത്തിൽ രാജകുമാരന്മാരും പ്രഭുകുമാരന്മാരുമുണ്ട്.

മല്ലനുമായി നേരിട്ട് ചിലരൊക്കെ ജയിച്ചു. എന്നാൽ കുതിരപ്പന്തയത്തിൽ ആരും തന്നെ ജയിച്ചിട്ടില്ല!

രാവിലെ എത്തിയതാണെങ്കിലും ഉച്ച കഴിഞ്ഞാണ് സോമുവിന് അവസരം കിട്ടിയത്.

ഗോദയിൽ മല്ലൻ തയ്യാറാണ്.

കണ്ടിട്ട് അതിശക്തനാണെന്ന് തോന്നുന്നു. തന്ത്രശാലിയും അടവുകൾ അറിഞ്ഞവനുമായിരിക്കും?

തനിക്ക് അടവും തന്ത്രവുമൊന്നും അറിഞ്ഞുകൂടല്ലോ! മല്ലനെ എങ്ങനെ നേരിടും?

ആലോചിച്ച് നില്ക്കേ കൊട്ടാരത്തിന്റെ മട്ടുപ്പാവിലേക്ക് നോക്കിപ്പോയി.

അവിടെ കുറെ യുവതികൾ നില്ക്കുന്നു!

സർവ്വാലങ്കാരഭൂഷിതയായി നില്ക്കുന്ന യുവതി രാജകുമാരി തന്നെ! മറ്റുള്ളവർ തോഴിമാരാണ്.

എല്ലാവരും തന്നെ ഉറ്റുനോക്കുന്നു.

രാജകുമാരിയുടെ രൂപം സോമുവിന്റെ മനസ്സിൽ ഒരു മഴവില്ലായി വിരിഞ്ഞു. അവനിൽ ഒരാഗ്രഹം പൊട്ടിമുളച്ചു. 'രാജകുമാരിയെ സ്വന്തമാക്കണം! ജയിക്കണം! മല്ലനെ തോല്പിക്കണം!'

സോമു കണ്ണടച്ച് പ്രാർത്ഥിച്ചു.

'മല്ലനെ ജയിക്കാനുള്ള കഴിവ് എനിക്കുണ്ടാകണേ!'

നിശ്ചയദാർഢ്യത്തോടെ കണ്ണ് തുറന്നു. വിസിലടി മുഴങ്ങി!

പോരിനുള്ള സമയമായി.

"വരീനെടാ!"

മസിലുകൾ തുടിക്കുന്ന കൈകൾ ഉയർത്തി മല്ലൻ പോരിന് വിളിച്ചു.

10

മെരുങ്ങുന്ന കുതിര

സോമു ആവേശഭരിതനായി. ഓരോ ചുവടുവെക്കുമ്പോൾ കൈകൾ തരിച്ചു. കാലുകൾക്ക് ബലമേറി.

സോമുവിന്റെ ഇടതുകവിളിൽ മല്ലന്റെ വലതുകൈ പതിച്ചത് ഓർക്കാപ്പുറത്താണ്.

സോമുവിന്റെ കണ്ണുകളിൽ നിന്ന് പൊന്നീച്ചകൾ പറന്നു! മരവിച്ച നിമിഷങ്ങൾ.

അന്നേരം ഏതോ അജ്ഞാതശക്തി ഉള്ളിൽ ആവേശിച്ചു.

മല്ലന്റെ മുന്നിലേക്ക് എടുത്തുചാടി. കാലുയർത്തി മല്ലനെ ആഞ്ഞു ചവിട്ടി. മല്ലൻ വീണുപോയി! പെട്ടെന്ന് അയാൾ എഴുന്നേറ്റ് വരുമ്പോൾ കഴുത്തിന് പിടിച്ച് മേലോട്ടുയർത്തി. തുടർന്ന് ഒറ്റത്തള്ള്. മല്ലൻ കമഴ്ന്നു വീണു! സോമു പിന്നിൽക്കൂടി കത്രിക പൂട്ടിട്ട് മല്ലനെ മലർത്തിക്കിടത്തി.

മല്ലന്റെ കൈകൾ രണ്ടും പിടിച്ച് തിരിച്ചു. ഇരുകവിളിലും തുരുതുരാ ആഞ്ഞടിച്ചു. മല്ലന്റെ വായിൽ നിന്ന് ചോര തെറിച്ചു.

വിസിലടി മുഴങ്ങി.

നീണ്ടകരഘോഷം! ജയ് വിളികൾ!

സോമു മട്ടുപ്പാവിലേക്ക് നോക്കി.

രാജകുമാരിയുടെ കാതിൽ തോഴി എന്തോ പറയുന്നു! രാജകുമാരി നാണം കൊണ്ട് കുനിയുന്നു!

ആ രംഗം സോമുവിന്റെ മനസ്സിൽ ഉന്മേഷം നിറച്ചു.

ഒരു രാജഭടൻ വന്നു അടുത്ത മത്സരസ്ഥലത്തേക്ക് സോമുവെ കൂട്ടിക്കൊണ്ട് പോയി.

കറുപ്പും വെളുപ്പും ഇടകലർന്ന ഒരു കുതിര! അതിന്റെ തലയെടുപ്പു കണ്ടാൽ ചില്ലറക്കാരനല്ലെന്ന് മനസ്സിലാകും.

"കുതിരപ്പുറത്ത് കയറി വടക്കുഭാഗത്തുള്ള തടാകതീരത്തെത്തണം. മടങ്ങിവരണം. ഒരു മണിക്കൂറാണ് സമയം. സൈന്യാധിപൻ അറിയിച്ചു.

സോമു കുതിരയെ നോക്കി അങ്കലാപ്പോടെ നിന്നു.

കുതിരയെ മെരുക്കാനെന്ത് വഴി?

ഒരിക്കലും കുതിരപ്പുറത്ത് കയറാത്ത താനെങ്ങനെ മെരുക്കും? ആശങ്കയായി.

അശോകപുരം രാജാവും ആശങ്കയിലാണ്. കുതിരയെ മെരുക്കാൻ ഒരുപാട് യുവാക്കൾ ശ്രമിച്ചതാണ്. അടുത്ത് ചെന്നവരെയെല്ലാം കുതിര തൊഴിച്ചോടിച്ചു.

ആരും ജയിച്ചില്ലെങ്കിൽ സ്വയംവരം മാറ്റിവെക്കേണ്ടിവരും.

രാജകുമാരിക്കും ആശങ്കയുണ്ട്. മത്സരത്തിൽ ആരും ജയിക്കാതെ വന്നാൽ സ്വയംവരം നടക്കാതെ വരും. അതൊരു നാണക്കേട് തന്നെ!

മത്സരത്തിനു വരുന്ന യുവാവിനെ ചൂണ്ടി തോഴിമാർ രാജകുമാരിയെ ആശ്വസിപ്പിക്കും.

യുവാവ് തോറ്റ് പിന്മാറുമ്പോൾ രാജകുമാരിക്ക് നിരാശയാകും

ഇതാ ഒരു ധീരൻ! അശോകപുരത്തെ ഭാവി രാജകുമാരൻ!

സോമുവെ ചൂണ്ടി ഒരു തോഴി പറഞ്ഞു. മറ്റ് തോഴിമാർ അത് ശരിവെച്ചു.

"മല്ലനെ ജയിച്ചവൻ കുതിരയെ മെരുക്കുമെന്ന് എന്താണുറപ്പ്?"

രാജകുമാരിക്ക് സംശയമായി.

നിമിഷങ്ങൾ പറക്കുകയാണ്. സോമു കുതിരയുടെ മുന്നിലെത്തി. കുതിരയുടെ കണ്ണുകളിൽ സൂക്ഷിച്ച് നോക്കി.

പെട്ടെന്ന് സോമു ദൂരെ തെറിച്ചു വീണു. കുതിര തൊഴിച്ച

താണ്. കാലിന് വല്ലാത്ത വേദന. കൈകൾ കോച്ചിപ്പിടിക്കുന്നു.

കൂക്കുവിളികൾ ഉയർന്നു.

നാണക്കേടായല്ലോ!

മട്ടുപ്പാവിലേക്ക് വീണ്ടും നോക്കി. അവിടെ തന്നെ നോക്കി

നില്ക്കുന്ന രാജകുമാരിയും തോഴിമാരും.

അപ്പോൾ മട്ടുപ്പാവിൽ നിന്ന് മനസ്സിലേക്ക് രാജകുമാരി മന്ദം മന്ദം വരവായി..

സോമു ചാടിയെഴുന്നേറ്റു.

കൂക്കുവിളിച്ചവർ ആർപ്പുവിളിക്കണം!

രാജകുമാരിയെ സ്വന്തമാക്കണം!

വേണ്ടത് ജയമാണ്.

'കുതിര മെരുങ്ങണം. എനിക്ക് ജയിക്കണം!'

സോമു കണ്ണടച്ച് പ്രാർത്ഥിച്ചു.

ഗമയിൽ നില്ക്കുന്ന കുതിര! പെട്ടെന്ന് കുതിര ഉച്ചത്തിൽ കരഞ്ഞു. വെറി പിടിച്ചതുപോലെ കാലുകൾ പിന്നോട്ടെറിഞ്ഞു മണ്ണ് തെറുപ്പിച്ചു.

സോമു ആവേശഭരിതനായി.

ഒരഭ്യാസിയെപ്പോലെ സോമു കുതിരപ്പുറത്ത് ചാടിക്കയറി. കടിഞ്ഞാൺ മുറുകെപ്പിടിച്ച് വലിച്ചു.

കുതിര കരഞ്ഞു. വട്ടംകറങ്ങി. പുറത്തുകയറിയവനെ കുലുക്കിക്കുലുക്കി താഴെയിടാൻ പെടാപ്പാട് പെട്ടു.

സോമു കാല് വലിച്ചു ചവിട്ടി. കടിഞ്ഞാൺ ശക്തിയായി വലിച്ചു.

വിഷമത്തോടെ കുതിര മുന്നോട്ട് നടന്നു. പെട്ടെന്ന് അത് കുതിച്ച് പാഞ്ഞു.

ഗോപുരവാതിൽക്കൽ നിന്ന് രാജഭടന്മാരെ വഹിച്ച രണ്ടു കുതിരകൾ പിന്നാലെ പാഞ്ഞു.

വഴിയോരങ്ങളിൽ അവിടവിടെയായി രാജഭടന്മാർ. അവർ വെള്ളക്കൊടി വീശിയ മത്സരാർത്ഥിക്ക് വഴികാട്ടി.

തടാകത്തിന്റെ തീരത്തെത്തി. സൂര്യകിരണങ്ങൾ ജലതരംഗങ്ങളിൽ വെള്ളിക്കൊലുസുകൾ ചാർത്തുന്നു! മനോഹരമായ കാഴ്ച!

കണ്ടുനില്ക്കാൻ സമയമില്ല. കൊട്ടാരം ലക്ഷ്യമാക്കി കുതിര സോമുവിനെ വഹിച്ച് അതിവേഗം പാഞ്ഞു. കൊട്ടാരം ഗോപുരത്തിലെത്തിയപ്പോൾ ആരവം ഉയർന്നു. ഒന്നിനു പിറകെ

ഒന്നായി ഇരുപത്തൊന്ന് കതിനകൾ പൊട്ടി. ആകാശം പ്രകമ്പനം കൊണ്ടു. ആർപ്പുവിളികൾ നാലുപാടും ഉയർന്നു.

തുടർന്ന് സൈന്യത്തിന്റെ കൊമ്പുവിളി.

കുതിരപ്പുറത്ത് നിന്ന് സോമു സാവധാനം ഇറങ്ങി. കണ്ണുകൾ ആദ്യം തെരഞ്ഞത് രാജകുമാരിയെയാണ്!

കൊട്ടാരമുറ്റത്തെ അലങ്കരിച്ച പന്തലിൽ വരണമാല്യവുമായി രാജകുമാരി കാത്തുനില്ക്കുന്നു!

രാജാവ്, രാജ്ഞി, പ്രഭുക്കന്മാർ, മാടമ്പിമാർ, പൗരമുഖ്യൻ, രാജഭടന്മാർ അങ്ങനെ എല്ലാവരും സന്നിഹിതരായിട്ടുണ്ട്. ആഹ്ലാദം തുടിക്കുന്ന മുഖങ്ങൾ!

എന്നാൽ ഒരാൾ മാത്രം ഇരുണ്ട മുഖവുമായി നില്ക്കുന്നു!

അത് മാടമ്പിയാണ്!

11

പടനായകൻ

അശോകപുരം കൊട്ടാരത്തിൽ സുധീര രാജകുമാരിയുടെ വിവാഹം അതിഗംഭീരമായി നടന്നു. ആഘോഷത്തിന്റെ മാറ്റൊലികൾ രാജ്യത്തുടനീളം അലയടിച്ചു. ഒരാഴ്ച നീണ്ടു നില്ക്കുന്ന ആഘോഷങ്ങളാണ്.

ധീരനും സുന്ദരനുമായ വരൻ!

ഉത്സാഹവതിയായ സുധീര രാജകുമാരി!

സംതൃപ്തരായ രാജാവും രാജ്ഞിയും!

രാജകുമാരിയെ വിവാഹം കഴിച്ചതിനാൽ അശോകപുരത്തെ രാജകുമാരനായി. എന്നാൽ ഒരു രാജകുമാരനുവേണ്ട യോഗ്യതകളൊന്നും തനിക്കില്ല. രാജനീതി എന്താണെന്നറിയില്ല. ആയുധാഭ്യാസവും ശീലിച്ചിട്ടില്ല. സോമുവിന്റെ മനസ്സ് വിങ്ങി.

അങ്ങനെയിരിക്കെ രാജാവ് സോമുവെ വിളിപ്പിച്ചു.

“കുമാരൻ ഒരു സാധാരണകുടുംബത്തിൽനിന്ന് വന്നതാണ്. ഭാവിയിൽ അശോകപുരത്തെ രാജാവാകേണ്ടവനാണ്. അതിന് പലതും പഠിക്കേണ്ടതുണ്ട്. വിഷമിക്കേണ്ട. നാം അതിനുള്ള ഏർപ്പാട് ചെയ്തിട്ടുണ്ട്.”

രാജാവ് അറിയിച്ചു. അത് സോമുവിനെ സന്തുഷ്ടനാക്കി.

സ്വയംവരത്തിന്റെ നാലാം ദിവസം മാടമ്പി കൊട്ടാരത്തിലെത്തി. മൂന്ന് കാളവണ്ടി നിറയെ സാധനങ്ങളുമായാണ് വരവ്.

തേൻവരിക്ക ചക്ക, കിളച്ചുണ്ടൻ മാമ്പഴം, ഏത്തക്കുലകൾ, പുന്നെല്ലിന്റെ അവിൽ, കൈതച്ചക്ക, പടവലങ്ങ, മത്തങ്ങ, പാവക്ക, തണ്ണിമത്തൻ ഇവയെല്ലാമാണ് കാളവണ്ടികൾ നിറയെ.

എല്ലാം രാജാവിന്റെ തിരുമുമ്പിൽ കാഴ്ചവച്ചു.

രാജാവിന് സന്തോഷമായി.

"രാജകുമാരിയുടെ വരൻ മാടമ്പിയുടെ നാട്ടുകാരനാണല്ലേ!" രാജാവ് ചോദിച്ചു.

"അതെ മഹാരാജൻ."

മാടമ്പി വിനയത്തോടെ നിന്നു.

"ഇങ്ങനെ ഒരു യുവാവ് നാടിന് അഭിമാനമാണ്!"

"ഒവ്വേ!"

"ഊണൊക്കെ കഴിഞ്ഞിട്ടേ പോകാവൂ."

"അങ്ങയുടെ സന്മനസ്സ് പോലെയാകട്ടെ."

മാടമ്പി വിഭവസമൃദ്ധമായ ഊണ് കഴിച്ചു. മടങ്ങുവാൻ നേരം രാജാവിനെ മുഖം കാണിച്ചു.

"അടിയനൊരു കാര്യം ഉണർത്തിക്കുവാനുണ്ട്." മാടമ്പി തല ചൊറിഞ്ഞുകൊണ്ട് പറഞ്ഞു.

"ആവട്ടെ!" രാജാവ് സമ്മതിച്ചു.

'രാജകുമാരിയുടെ വരൻ നല്ല കുടുംബത്തിൽ നിന്നല്ല! അച്ഛൻ കള്ളനായിരുന്നു! രാത്രിയിൽ തേങ്ങാ മോഷ്ടിക്കുവാൻ തെങ്ങിൽ കയറിയതാണ്. തെങ്ങിൽ നിന്നു വീണു നടുവൊടിഞ്ഞു. കുറെക്കാലം കിടപ്പിലായിരുന്നു. അയാൾ മരിച്ചപ്പോൾ കഷ്ടപ്പോടോർത്ത് അമ്മയ്ക്ക് നാലുകെട്ടിൽ പണികൊടുത്തു. ഒരിക്കൽ ഊരിവെച്ചിരുന്ന കുറെ ആഭരണങ്ങൾ കാണാതായി. ഒരുപാട് അന്വേഷണങ്ങൾ നടത്തി. കണ്ടുകിട്ടിയില്ല. എന്തായാലും അതിനുശേഷം ആ സ്ത്രീ പിന്നെ നാലുകെട്ടിൽ വന്നില്ല. വേലക്കാരൻ അന്വേഷിച്ചു ചെന്നപ്പോൾ കാലിന് വയ്യെന്ന് പറഞ്ഞുകളഞ്ഞു. നുണേ! പഠിച്ച കള്ളിയാണവൾ! എത്രയൊക്കെ ആയാലും കള്ളന്റെ പെണ്ണല്ലേ? പിന്നീടാണ് മകൻ കന്നുകാലികളെ മേയ്ക്കാൻ കൂടിയത്. തൊഴിലിനോട് ഒരാത്മാർത്ഥതയും ഇല്ലാത്തവൻ! എന്നും വൈകുന്നേരം കന്നുകാ

ലികളുടെ എണ്ണം കുറഞ്ഞിരിക്കും. പിന്നെ ആരെങ്കിലും പോയി കാണാതായ മൃഗത്തെ കണ്ടുപിടിച്ചുകൊണ്ടുവരും. ഒരു ദിവസം സഹികെട്ടു. അവനെ ചോദ്യം ചെയ്തു. അത്രേയുള്ളൂ. പക്ഷേ പിറ്റേ ദിവസം മുതൽ അവൻ പണിക്ക് വന്നില്ല. ങ്ഹാ! ചൊട്ട യിലെ ശീലം ചുടല വരെ എന്നാണല്ലോ!"

മാടമ്പി അറിയിച്ചു.

"മുൻകൂട്ടി അറിയിച്ചതു നന്നായി."

രാജാവ് പറഞ്ഞു.

"പിന്നെ... വരന് കുട്ടിച്ചാത്തന്റെ സേവയുണ്ടെന്ന് പലരും പറയുന്നു. അങ്ങനെ ഏതാണ്ട് മായാവിദ്യ കൊണ്ടാണ് പന്തയ ങ്ങളിൽ ജയിച്ചത്. അധികാരം വരന്റെ കൈയിലായാൽ രാജ്യ ത്തിന്റെ ഗതി എന്താകുമെന്നോർക്കുമ്പോൾ അടിയന് ഭയമാ കുന്നു!"

മാടമ്പി വ്യാകുലപ്പെട്ടു.

"നാം വരനെ ശ്രദ്ധിച്ചുകൊള്ളാം."

രാജാവ് ധൈര്യപ്പെടുത്തി.

"എന്നാൽ അടിയൻ വിടകൊള്ളുന്നു."

മാടമ്പി യാത്ര പറഞ്ഞു.

ഒരാഴ്ച കഴിഞ്ഞു.

കൊട്ടാരത്തിൽ വിവാഹാഘോഷങ്ങളുടെ തിരക്കൊഴിഞ്ഞു. രാജാവ് ഭരണകാര്യങ്ങളിൽ വ്യാപൃതനായി.

പെട്ടെന്ന് ഒരു ചാരൻ രാജാവിനെ കാണുവാനെത്തി.

"മഹാരാജാവെ, ചോലപുരത്ത് പടനീക്കം ആരംഭിച്ചിട്ടുണ്ട്! ഇന്നു രാത്രിയോ നാളെ രാവിലെയോ കിഴക്കൻ തീരത്ത് എത്തി ച്ചേരും. പിടിച്ചടക്കിയ ഗ്രാമം തിരിച്ചുപിടിക്കുകയാണ് അവരുടെ ലക്ഷ്യം."

ചാരൻ അറിയിച്ചു.

രാജാവ് മന്ത്രിയുമായി ആലോചിച്ചു.

"ചോലപുരത്തിന്റെ പടനീക്കം തടഞ്ഞേ പറ്റൂ. പക്ഷേ സൈന്യാധിപൻ സുഖമില്ലാതെ കിടക്കുകയാണല്ലോ?"

മന്ത്രി അറിയിച്ചു.

“സൈന്യാധിപനായി നാം സോമു രാജകുമാരനെ നിയമിച്ചിരിക്കുന്നു.” രാജാവ് കല്പിച്ചു.

“രാജകുമാരന് യുദ്ധത്തിൽ അത്ര പരിചയമുണ്ടോ?”

മന്ത്രി സംശയം പ്രകടിപ്പിച്ചു.

“ഉപസൈന്യാധിപൻ പരിചയസമ്പന്നനാണ്. വേണ്ടതൊക്കെ അയാൾ നോക്കിക്കൊള്ളും.”

രാജാവ് പറഞ്ഞു.

മന്ത്രി മറുത്തൊന്നും പറഞ്ഞില്ല.

രാജകുമാരൻ യുദ്ധത്തിലൊക്കെ ഏർപ്പെടണം. അതാണ് രാജാവിന്റെ ആഗ്രഹം. അപ്പോൾ രാജകുമാരന്റെ കഴിവു പരിശോധിക്കാം. മാടമ്പി പറഞ്ഞതുപോലെ വല്ല മായാജാലവും ഉണ്ടോ എന്നും നോക്കാം.

രാജാവ് സോമുവെ വിളിച്ച് വരുത്തി.

“ചോലപുരത്ത് നിന്ന് പടനീക്കം തുടങ്ങിയിരിക്കുന്നു. അശോകപുരുത്തിന്റെ ഒരു മൺതരിപോലും നഷ്ടപ്പെട്ടുകൂടാ. സൈന്യാധിപന് സുഖമില്ല. പടനായകനായി നാം രാജകുമാരനെ നിയമിക്കുന്നു!”

രാജാവ് കല്പിച്ചു.

“എനിക്ക് ഒരു യുദ്ധവും ചെയ്തുള്ള പരിചയം ഇല്ലെന്ന് അങ്ങേക്കറിയാമല്ലോ?”

സോമു ഒഴിയാൻ നോക്കി.

“രാജകുമാരൻ നാളെ ഈ രാജ്യം ഭരിക്കേണ്ടവനാണ്! ആരും ഒന്നും പഠിച്ചുകൊണ്ടല്ല വരുന്നത്. ചെയ്തുകൊണ്ടാണ് ഓരോന്ന് പഠിക്കേണ്ടത്!”

രാജാവ് പറഞ്ഞു.

“യുദ്ധം കണ്ട് ഭയക്കുന്നത് ഒരു രാജകുമാരന് ചേർന്നതല്ല! നായ്ക്കോലം കെട്ടിയാൽ കുരയ്ക്കണം.” അങ്ങനെ ചിന്തിച്ചപ്പോൾ സോമുവിന് ഉത്സാഹമായി.

“ശരി പടനയിക്കുവാൻ ഞാൻ തയ്യാറാണ്. അങ്ങ് അനുഗ്രഹിച്ചാലും.”

സോമു തലകുനിച്ചു.

"വിജയിച്ചു വരൂ!"

രാജാവും കൈരണ്ടും ഉയർത്തി സോമുവെ അനുഗ്രഹിച്ചു.

പന്തയത്തിൽ മെരുങ്ങിയ കുതിരപ്പുറത്തുകയറി സോമു പുറപ്പെട്ടു. പിന്നാലെ സൈന്യങ്ങൾ അനുഗമിച്ചു.

അവർ കിഴക്കേ അതിർത്തിയിലെത്തി. തെക്ക് നിന്ന് ഒഴുകി വരുന്ന ഇരുവഞ്ചിപ്പുഴ. തീരത്ത് കുറ്റിക്കാടുകൾ. കാടുപിടിച്ച മൊട്ടക്കുന്നിന്റെ ചരുവിൽ സൈന്യം തമ്പടിച്ചു.

"അക്കരെ നൂറ് പേരു വീതമുള്ള എട്ട് സംഘങ്ങളായി സൈന്യങ്ങൾ എത്തിയിട്ടുണ്ട്. കടവിൽ തോണികളും തുഴച്ചിൽക്കാരും തയ്യാറായി നില്പുണ്ട്. രാത്രിയിൽ പുഴകടക്കുവാനാണ് പദ്ധതി." ഒരു ചാരൻ വന്ന് അറിയിച്ചു.

സോമു ആലോചനയിലായി. ആകെ അഞ്ഞൂറ് പേരെ തന്റെ സൈന്യത്തിലുള്ളൂ. വിവാഹാഘോഷങ്ങളിൽ അമിതമായി ജോലി ചെയ്തതിനാൽ മിക്കവരും അവധിയിലാണ്. പകർച്ചപ്പനി പിടിപെട്ടതിനാൽ കുറേപ്പേർക്ക് യുദ്ധത്തിൽ പങ്കെടുക്കാനും സാധിക്കുകയില്ല.

സൈന്യത്തിന്റെ എണ്ണം പ്രശ്നമല്ല! ഉള്ളവരുടെ ശക്തിയാണ് പ്രധാനം! ആത്മവിശ്വാസമാണ് ശക്തിയെ നിലനിർത്തുന്നത്!

സോമു കണ്ണടച്ച് പ്രാർത്ഥിച്ചു.

'ശത്രുസൈന്യം തോല്ക്കണം! അശോകപുരത്തെ സൈന്യങ്ങൾക്ക് ശക്തിയും ആത്മവിശ്വാസവും വർദ്ധിക്കണം!'

അശോകപുരം കൊട്ടാരത്തിൽ രാജാവ് അസ്വസ്ഥനാണ്!

തിരിച്ചുപിടിച്ച ഗ്രാമങ്ങൾ ശത്രു പിടിച്ചെടുക്കുമോ?

ശത്രുസൈന്യത്തിന്റെ വലിപ്പമാണ് മറ്റൊരു തലവേദന. ഇനി ഒന്നിനും സമയമില്ല.

പട്ടുമെത്തയിൽ രാജാവ് തിരിഞ്ഞും മറിഞ്ഞും കിടന്നു. കണ്ണടച്ചിട്ടും ഉറക്കംവരുന്നില്ല.

പുലർച്ചെ ഒരു ഭടൻ പാഞ്ഞെത്തി. രാജാവ് ആകാംക്ഷയോടെ ഭടന് സന്ദർശനാനുമതി നല്കി.

"മഹാരാജാവ് നീണാൾ വാഴട്ടെ!

അശോകപുരത്തിന് വമ്പിച്ചവിജയം" ഭടൻ അറിയിച്ചു.

രാജാവിന് സമാധാനമായി. വിവരമറിഞ്ഞ രാജകുമാരി അഭിമാനിച്ചു. കൊട്ടാരത്തിൽ ഉത്സവപ്രതീതിയായി.

സോമുവെ കാണുവാൻ രാജാവിന് തിടുക്കമായി.

താമസിയാതെ വിജയശ്രീലാളിതനായ സോമു സൈന്യസമേതമെത്തി.

ആകാശത്ത് കതിനവെടികൾ പൊട്ടി.

"രാജകുമാരന്റെ പ്രകടനം എങ്ങനെ?" രാജാവ് ഉപസൈന്യാധിപനോട് രഹസ്യമായി ചോദിച്ചു.

"മഹാരാജാവേ, രാജകുമാരൻ അതിസമർത്ഥൻ തന്നെ! അദ്ദേഹത്തിന്റെ നേതൃത്വം സൈന്യത്തിന് അപാരശക്തിയാണ് നല്കിയത്! നമ്മുടെ സൈന്യത്തിലാർക്കും ജീവനാശമുണ്ടായില്ല. ആരേയും തടവുകാരാക്കിയിട്ടില്ല. കുറച്ചുപേർക്ക് നിസ്സാരമുറിവേറ്റിട്ടുണ്ട്. ശത്രുക്കളിലാകട്ടെ ഒട്ടേറെപ്പേർക്ക് ജീവനാശമുണ്ടായിട്ടുണ്ട്. കുറച്ചുപേരെ തടവുകാരായി പിടിച്ചിട്ടുണ്ട്. സാരമായി പരുക്കേറ്റ സൈന്യാധിപൻ എങ്ങനെയോ രക്ഷപ്പെട്ടുപോയി. അതാണൊരു സങ്കടം."

ഉപസൈന്യാധിപൻ യുദ്ധം വിലയിരുത്തി.

"സൈന്യങ്ങളുടെ എണ്ണം കുറവാണെന്ന് പറഞ്ഞ് സന്ദേശം അയച്ചിരുന്നില്ലേ? സൈന്യങ്ങളുടെ എണ്ണമല്ല കരുത്താണ് വിജയത്തിനാധാരം! അത് ഈ യുദ്ധത്തിൽ മനസ്സിലായിക്കഴിഞ്ഞു." രാജാവ് പറഞ്ഞു.

"ഇനി ചോലപുരത്ത് നിന്ന് ഒരാക്രമണം ഉണ്ടാവുകയില്ല. അതുറപ്പാണ്. മഹാരാജാവേ!"

ഉപസൈന്യാധിപൻ തറപ്പിച്ച്പറഞ്ഞു.

"നന്നായി!"

രാജാവ് അഭിനന്ദിച്ചു.

പിന്നീട് രാജാവ് സോമുവെ വിളിപ്പിച്ചു.

"കന്നിവിജയത്തിന് അഭിനന്ദനങ്ങൾ!"

രാജാവ് അറിയിച്ചു.

"എല്ലാം അങ്ങയുടെ അനുഗ്രഹം തന്നെ!"

സോമു വിനയപൂർവ്വം നിന്നു.
“രാജകുമാരന് നാം ഒരു സമ്മാനം തരുന്നുണ്ട്!”
രാജാവ് അറിയിച്ചു.
“എന്താണാവോ?”
സോമു ആലോചിച്ചു.

12

മാടമ്പി തടവിലാകുന്നു

അടുത്ത ദിവസം

കൊട്ടാരത്തിലുള്ള സോമുവിന്റെ അമ്മ രാജാവിന്റെ മുമ്പിൽ ഹാജരായി.

“ചില കാര്യങ്ങൾ അറിയാനാണ് നാം വിളിപ്പിച്ചത്. സോമുവിന്റെ അച്ഛൻ എങ്ങനെയാണ് മരിച്ചത്?” രാജാവ് ചോദിച്ചു.

“നടപ്പുദീനം വന്നാണ് മരിച്ചത്. അപ്പോൾ സോമുവിന് ഒരു വയസ്സേയുള്ളൂ. അങ്ങേര് മാടമ്പിയുടെ പണിക്കാരനായിരുന്നു.”

സോമുവിന്റെ അമ്മ പറഞ്ഞു.

“പിന്നീട്?” രാജാവ് ചോദിച്ചു.

‘മാടമ്പിയുടെ അടുക്കളപ്പണി ചെയ്താണ് കഴിഞ്ഞത്. അങ്ങനെയിരിക്കെ വാതം വന്ന് വലതുകാൽ തളർന്നുപോയി! പണിക്ക് പോകാതായതുകൊണ്ട് പട്ടിണിയായി. അപ്പോൾ സോമുവിന് പത്തുവയസ്സുണ്ട്. അവൻ മാടമ്പിയുടെ കന്നുകാലികളെ മേയ്ക്കാൻ തുടങ്ങി. അവിടന്ന് കിട്ടിയ ഒരു പാത്രം ചോറുകൊണ്ട് ഞാനും മകനും അരപ്പട്ടിണിയിൽ കഴിഞ്ഞുകൂടി.”

“ശരി അന്തഃപുരത്തിലേക്ക് പൊയ്ക്കൊള്ളൂ.”

രാജാവ് സമ്മതിച്ചു.

പിന്നീട് രാജാവ് സോമുവെ വിളിച്ചു വരുത്തി.

“മാടമ്പിയെപ്പറ്റി എന്താണഭിപ്രായം?”

രാജാവ് ആരാഞ്ഞു.

"മാടമ്പിയുടെ അടുക്കളപ്പണിയായിരുന്നു അമ്മയ്ക്ക്. അമ്മ വാതം വന്ന് പണിക്ക് പോകാതായി. മാടമ്പി സഹായമൊന്നും ചെയ്തില്ല. കന്നുകാലി മേയ്ക്കുന്നതിന് ഒരു കിണ്ണം ചോറുതരും. അത്രതന്നെ! അതാണ് എന്റെയും അമ്മയുടെയും ഭക്ഷണം. ഒരു ദിവസം ഇത്തിരി ചോറ് കൂടുതൽ ചോദിച്ചതിന് മാടമ്പിയുടെ കിങ്കരൻ ചാട്ടവാറുകൊണ്ടടിച്ചു. അങ്ങനെ പല പ്രാവശ്യം ഓരോ കാരണം പറഞ്ഞ് മർദ്ദിച്ചിട്ടുണ്ട്. അസുഖം മാറി അമ്മ നടക്കാൻ തുടങ്ങി. പണിക്ക് ചെന്നില്ലെന്നും പറഞ്ഞ് ഞങ്ങളെ മാടമ്പി വിളിപ്പിച്ച് പൊതിരെ തല്ലി."

സോമു പറഞ്ഞു നിർത്തി.

"ഇനി എന്തെങ്കിലും പറയാനുണ്ടോ?" രാജാവ് വീണ്ടും ചോദിച്ചു.

പരദേവതയുടെ ക്ഷേത്രത്തിലെ മല്ലന്മാരുടെ പോര്.

ശക്തിവർദ്ധിപ്പിക്കുന്നതിന് ജേതാവായ മല്ലനുമായി ഏറ്റുമുട്ടിക്കുന്നത്, മാടമ്പിക്കു വിരോധമുള്ള യുവാക്കളെ ഒതുക്കുവാൻ വെളിച്ചപ്പാടിനെ കൊണ്ട് തുള്ളിപ്പിച്ച് യുവാക്കളുടെ പേര് പറയുന്നത് എല്ലാം സോമു വിശദമായി പറഞ്ഞു. സോമുവും അമ്മയും പറഞ്ഞതാണോ ശരി? അതോ മാടമ്പി പറഞ്ഞതാണോ ശരി? എവിടെയോ തകരാറുണ്ട്? അത് കണ്ടുപിടിക്കണം. രാജാവ് നിശ്ചയിച്ചു.

താമസിയാതെ രാജാവിനു മുമ്പിൽ ഭടന്മാർ മാടമ്പിയെ ഹാജരാക്കി.

"പരദേവതയുടെ ക്ഷേത്രത്തിൽ ഉത്സവത്തോടനുബന്ധിച്ച് മല്ലന്മാരുടെ പോര് നടത്താറുണ്ടോ?"

രാജാവ് വിസ്താരം തുടങ്ങി.

"ഉണ്ട് മഹാരാജാവേ."

മാടമ്പി ഉത്സാഹത്തോടെ സമ്മതിച്ചു.

"ജേതാവായ മല്ലനെക്കൊണ്ട് യുവാക്കളെ ഏറ്റുമുട്ടിക്കാറുണ്ടോ?"

"ഉണ്ട്. മഹാരാജാവേ."

"എന്തിന്."

"പരദേവതയുടെ അനുഗ്രഹസിദ്ധിക്കാണ്. പിന്നെ ശക്തി വർദ്ധിക്കാനും നല്ലതാണ്. ആരോഗ്യമുള്ള ചെറുപ്പക്കാർ നാടിന് അഭിമാനമാണ്!"

"ഇത്തരം പ്രവർത്തനങ്ങളെ നാട്ടുകാർ എങ്ങനെയാണ് കാണുന്നത്?"

"ഒരു സൽപ്രവൃത്തിയായിട്ടാണ് എല്ലാവരും ഇത് കാണുന്നത്." മാടമ്പി അഭിമാനത്തോടെ അറിയിച്ചു. "വിരോധമുള്ള യുവാക്കളെ ഒതുക്കാൻ വെളിച്ചപ്പാടുമായി നടത്തുന്ന ഒരു ഗൂഢാലോചനയല്ലേ?" രാജാവ് ചോദിച്ചു.

മാടമ്പിക്ക് ആശങ്കയായി! എങ്കിലും സന്തോഷം ഭാവിച്ചു.

"അതു പണ്ടുമുതലേയുള്ള ഒരേർപ്പാടാണ് മഹാരാജാവേ."

മാടമ്പിയുടെ സാധൂകരണം.

"ആരവിടെ? വെളിച്ചപ്പാടിനെ ഹാജരാക്കൂ." രാജാവ് ആവശ്യപ്പെട്ടു.

ഭടൻ ഉടനെ വെളിച്ചപ്പാടിനെ ഹാജരാക്കി. വെളിച്ചപ്പാട് ഭയം കൊണ്ട് വിറച്ചു.

"ഉറഞ്ഞുതുള്ളുമ്പോൾ വിളിച്ചുപറയുന്നത് പരദേവതയോ വെളിച്ചപ്പാടോ?" രാജാവ് ചോദിച്ചു.

"അടിയനാണേ!"

വെളിച്ചപ്പാട് പറഞ്ഞു.

"യുവാക്കളെ തെരഞ്ഞെടുക്കുന്നത് വെളിച്ചപ്പാടോ മാടമ്പിയോ?"

രാജാവ് വീണ്ടും ചോദിച്ചു.

"മാടമ്പിയദ്ദേഹമാണേ!"

വെളിച്ചപ്പാടിന്റെ ഉത്തരം.

'ങ്ഹും! വെളിച്ചപ്പാടിന് പോകാം." രാജാവ് അനുവദിച്ചു.

അപ്പോൾ സോമുവും അമ്മയും ഹാജരായി.

"സോമുവിന്റെ അച്ഛനെപ്പറ്റി മാടമ്പി പറഞ്ഞിരിക്കുന്നത് കളവാണ്."

രാജാവ് മാടമ്പിയെ നോക്കി പറഞ്ഞു.

മാടമ്പി മിഴിച്ചു നിന്നു!

"സോമു കന്നുകാലികളെ മേച്ചുനടന്നപ്പോൾ വേണ്ടത്ര കൂലി നല്കിയില്ല. അകാരണമായി മർദ്ദിച്ചു. പണിക്ക് എത്താത്തതിന്റെ പേരിൽ അമ്മയേയും മകനേയും കെട്ടിയിട്ട് തല്ലി. ശരിയല്ലേ?" രാജാവ് ചോദിച്ചു.

"അടിയനൊരു തെറ്റുപറ്റിപ്പോയി! അവിടന്ന് മാപ്പാക്കണം." മാടമ്പി യാചിച്ചു.

"ഒന്നല്ല. ഒരുപാട് തെറ്റുകൾ മാടമ്പി ചെയ്തിട്ടുണ്ട്. അത് വലിയ കുറ്റം തന്നെ!"

രാജാവ് വിധിച്ചു.

മാടമ്പി ഞെട്ടിത്തരിച്ച് നിന്നു!

"ആരവിടെ? ഈ ദുഷ്ടനെ ഉടൻ കാരാഗൃഹത്തിലടയ്ക്കൂ." രാജാവ് കല്പിച്ചു.

ഭടന്മാർ കൈവിലങ്ങു വെച്ച് മാടമ്പിയെ കൊണ്ടുപോയി.

"രാജകുമാരൻ എന്തുപറയുന്നു?"

രാജാവ് പുഞ്ചിരിച്ചുകൊണ്ട് സോമുവിനോട് ചോദിച്ചു.

"സന്തോഷമായി!" സോമു പറഞ്ഞു.

"ഈ സന്തോഷമാണ് കന്നിയുദ്ധത്തിലെ വിജയത്തിനുള്ള സമ്മാനം!"

രാജാവ് അറിയിച്ചു.

13

വടനാടിന്റെ ആക്രമണം

സ്വയംവരം കഴിഞ്ഞ് അതിനോടനുബന്ധിച്ചുള്ള സൽക്കാരങ്ങളും കഴിഞ്ഞു. പ്രതീക്ഷിക്കാതെ അയൽ രാജ്യത്ത് നിന്ന് ഒരാക്രമണം ഉണ്ടായി. അത് വിജയകരമായി നേരിട്ടു. ദുഷ്ടനായ മാടമ്പിയെ തടവിലാക്കി. എല്ലാംകൊണ്ടും സന്തോഷമായി. ഇനി കുറച്ചുദിവസം രാജകുമാരിയുമായി ചുറ്റിക്കറങ്ങണം. സോമു നിശ്ചയിച്ചു. വിവരമറിഞ്ഞപ്പോൾ രാജാവും സമ്മതിച്ചു.

കുറച്ചകലെ കൊട്ടാരം വക ഒരു സുഖവാസകേന്ദ്രമുണ്ട്. മുൻവശത്ത് മനോഹരമായ തടാകം. തീരത്ത് ഉദ്യാനം. അവിടെ പലതരത്തിലുള്ള ചെടികൾ. അവയിൽ വിവിധ നിറത്തിലുള്ള പൂക്കൾ വിരിഞ്ഞ് നില്ക്കുന്നു. അവയിൽ നിന്നുള്ള വാസനകൾ വാരിവിതറാൻ സദാ ശ്രമിച്ചുകൊണ്ടിരിക്കുന്ന ഇളം തെന്നലുകൾ!

സോമുവും രാജകുമാരിയും ഉദ്യാനത്തിൽ ആടിയും പാടിയും ഉല്ലസിച്ച് നടന്നു. ഉദ്യാനത്തിൽ മൂന്നുതരത്തിലുള്ള റോസാച്ചെടികൾ ഉണ്ട്. അവയിൽ പച്ച, ചുവപ്പ്, നീല എന്നീ നിറങ്ങളിലുള്ള പൂക്കൾവിടർന്നു നില്ക്കുന്നു. എല്ലാ നിറത്തിലുമുള്ള റോസാപ്പൂക്കൾ കൊണ്ടു ഒരു ചെണ്ടുണ്ടാക്കാൻ രാജകുമാരി തുനിഞ്ഞു. പൂപറിക്കുവാൻ സോമുവും കൂടി. പൂ പറിക്കുന്നതിനിടെ സോമുവിന്റെ ഇടതു കൈയിൽ മുള്ളുകൊണ്ട്

കീറി രക്തം കിനിഞ്ഞു. വേദനകൊണ്ട് സോമു കൈ കുടഞ്ഞു. രാജകുമാരി വിരലിലെ രക്തം ഞെക്കിക്കളഞ്ഞു. അവിടെയുള്ള ഒരു ചെടിയുടെ ഇലപറിച്ച് ഞെരടി മുറിവിൽ അമർത്തിവെച്ചു. ചോരനിന്നു. വേദന മാറി.

അപ്പോളാണ് രാജകുമാരി അത് ശ്രദ്ധിച്ചത്.

സോമുവിന്റെ ഇടതുകൈയിലെ ചൂണ്ട് വിരലിൽ കിടക്കുന്ന പിച്ചളമോതിരം!

"ഈ സ്വർണ്ണമോതിരം എങ്ങനെ കറുത്ത് പോയി?"

രാജകുമാരി അതിശയിച്ചു.

"ഹേയ്! ഇത് സ്വർണ്ണമല്ല! വെറും പിച്ചളയാണ്!"

സോമു തിരുത്തി.

പിച്ചളയോ? നിങ്ങൾ ഒരു രാജകുമാരനാണ്! പിച്ചക്കാരനല്ല!"

രാജകുമാരി ഓർമ്മപ്പെടുത്തി.

"ചെറുപ്പത്തിൽ എനിക്കൊരു അപ്പൂപ്പൻ സമ്മാനിച്ചതാണ്. അന്ന് ഞാൻ മാടമ്പിയുടെ കന്നുകാലിപ്പയ്യനായിരുന്നു!"

സോമു അറിയിച്ചു.

"അത് പണ്ടല്ലേ! ഇപ്പോൾ അശോകപുരത്തെ രാജകുമാരനാണ്! രാജകുമാരൻ പിച്ചളമോതിരമിട്ടാൽ നാണക്കേടാണ്! ഊരിക്കളയണം." രാജകുമാരി പറഞ്ഞു.

"ഈ മോതിരം എന്റെ ചെറുപ്പക്കാലത്തെ ഓർമ്മിപ്പിക്കുന്നതാണ് അക്കാലം പെട്ടെന്നങ്ങ് മറക്കാൻ വയ്യ."

സോമു വിഷമത്തോടെ പറഞ്ഞു.

"മറക്കാൻ പറയുന്നില്ല. ഊരി സൂക്ഷിച്ച് വെച്ചുകൊള്ളൂ." രാജകുമാരി നിർബ്ബന്ധിച്ചു.

ആലോചിച്ചപ്പോൾ രാജകുമാരി പറഞ്ഞതിൽ കാര്യമുണ്ടെന്ന് സോമുവിന് തോന്നി.

അന്നുതന്നെ പിച്ചളമോതിരം ഊരി സോമു പെട്ടിയിൽ ഭദ്രമായി വെച്ചു.

പിച്ചളമോതിരം കിടന്ന വിരലിൽ രാജകുമാരി രത്നം പതിച്ച ഒരു മോതിരം അണിയിച്ചു.

"ഇപ്പോൾ എന്ത് ഭംഗി! എന്ത് പ്രൗഢി!"

സോമുവിന്റെ കൈപിടിച്ചുയർത്തി കൊണ്ട് രാജകുമാരി പറഞ്ഞു.

ദിവസങ്ങൾ അങ്ങനെ കടന്നുപോയി.

സോമു വീണ്ടും തിരക്കിലായി.

രാജാവിനെ സഹായിക്കണം.

രാജകുമാരിയെ സന്തോഷിപ്പിക്കണം.

ചുമതലകൾ കുറഞ്ഞതിന്റെ സന്തോഷത്തിലാണ് രാജാവ്. എന്നാൽ ആ സന്തോഷം ഒരാക്രമണത്തോടെ ഇല്ലാതായി.

ആക്രമിക്കുവാനെത്തിയത് വടക്കുനിന്ന് വടനാട് രാജ്യമാണ്.

വടനാട് രാജാവ് കീർത്തിമാനാണ്! പ്രബലമായ സൈന്യമുണ്ട്. അവർ ഒളിപ്പോരിൽ അതിസമർത്ഥരുമാണ്!

അശോകപുരത്തിന്റെ വടക്കെ അതിരിൽ കതിരോന്മല നീണ്ട് നിവർന്ന് നില്ക്കുന്നു. മലയുടെ താഴ്വാരം സമ്പൽ സമൃദ്ധമാണ്. സമതലങ്ങളെ പുഷ്ടിപ്പെടുത്തുന്നത് തെക്കു നിന്നും ഒഴുകിവരുന്ന ഇരുവഞ്ചിപ്പുഴയാണ്. സമതലത്തിലുള്ള പ്രദേശങ്ങൾ സ്വന്തമാക്കാൻ പണ്ടുമുതലെ വടനാട് രാജാക്കന്മാർ ശ്രമിച്ചുവരുന്നു. ഇതുവരെ അത് വിജയിച്ചിട്ടില്ല. വേനലായതിനാൽ പുഴ മുറിച്ച് കടക്കുവാൻ പ്രയാസമില്ല. അവസരം മുതലാക്കുവാനുള്ള ശ്രമത്തിലാണ് വടനാട് രാജാവ്.

ചാരന്മാരിൽ നിന്ന് വിവരമറിഞ്ഞിട്ടും അശോകപുരം രാജാവിന് വേവലാതിയില്ല. ഇപ്പോൾ മുമ്പത്തെക്കാളും സൈന്യം ശക്തമാണ്. പടനയിക്കുവാൻ ധീരനും സമർത്ഥനുമായ രാജകുമാരനുമുണ്ട്.

കുറുക്കന്റെകണ്ണ് എന്നും കോഴിക്കൂട്ടിലേക്കാണല്ലോ! വടനാട് രാജാവിന്റെ നോട്ടം എന്നും അശോകപുരത്തേക്ക് തന്നെ! എന്തുചെയ്യാം?

“ആക്രമണം ഉടനെ നേരിടേണ്ടിയിരിക്കുന്നു. രാജകുമാരൻ തന്നെ പടനയിക്കട്ടെ! സഹായത്തിന് സമർത്ഥനായ സൈന്യാധിപനും ഉണ്ടാകും.” രാജാവ് കല്പിച്ചു.

രാജകുമാരന് ആലോചിക്കാനൊന്നുമില്ല. യുദ്ധത്തിന്

എപ്പളേ തയ്യാർ. "ഇനിയൊരിക്കലും അശോകപുരം ആക്രമിക്കാൻ വടനാട് രാജാവ് മുതിരുകയില്ല. ജയം നമ്മുടേതാണ്. അങ്ങേക്കത് ഉറപ്പിക്കാം." രാജകുമാരൻ വാക്കു കൊടുത്തു.

"ഈ തന്റേടം അഭിനന്ദനാർഹമാണ്! എല്ലാവിധ ആശംസകളും നേരുന്നു."

സോമുവിന്റെ തലയിൽ കൈവെച്ച് രാജാവ് അനുഗ്രഹിച്ചു.

കതിരോന്മല ലക്ഷ്യമാക്കി സൈന്യം ഇരമ്പിപ്പാഞ്ഞു. മുമ്പിൽ സോമുരാജകുമാരനെ വഹിച്ചുകൊണ്ട് പന്തയക്കുതിരയും.

രാജാവിന് കൊടുത്ത വാക്ക് പാലിക്കണം. അതിന് വേണ്ടത് സൈന്യത്തിന് ശക്തി വർദ്ധിപ്പിക്കുകയാണ്. ഒളിയമ്പ് എയ്യാനുള്ള ഒരവസരവും ശത്രു സൈന്യത്തിന് ഉണ്ടാക്കരുത്!

കതിരോന്മലയുടെ പള്ളയിൽ പൊടിപടലം ഉയർന്നു. ശത്രുവിന്റെ കൊടി പാറുന്നു. കുതിച്ചുവരുന്നത് ശത്രു സൈന്യങ്ങളാണ്.

അശോകപുരം സൈന്യത്തിന് ശക്തി വർദ്ധിക്കണം! യുദ്ധത്തിൽ അശോകപുരം ജയിക്കണം.

സോമു ആഗ്രഹിച്ചു.

ആ സമയം "ഗുളുഗള.. ഗുളുഗളാ.." എന്ന ശബ്ദം ഉയർന്നു.

വടനാട് സൈന്യം ഇരുവഞ്ചിപ്പുഴ നീന്തുകയാണ്.

കുതിരകളുടെ കരച്ചിലുകൾ

പടയാളികളുടെ ആരവങ്ങൾ

"സൈന്യാധിപാ മുന്നേറ്! ആഞ്ഞ് വെട്ടുവിൻ! ഒരുത്തനേയും കരയിൽ കയറ്ററുത്!"

സോമു രാജകുമാരൻ ആജ്ഞാപിച്ചു.

അശോകപുരം പടയാളികളുടെ മുന്നേറ്റം വാളുകൾ കൂട്ടിമുട്ടുന്ന ശബ്ദങ്ങൾ.... വെട്ടുന്നവരുടെ കൊലവിളികൾ... വെട്ടേൽക്കുന്നവരുടെ നിലവിളികൾ... ആകാശത്തേക്കുയരുന്ന പൊടിപടലങ്ങൾ....

പെട്ടെന്നാണത് സംഭവിച്ചത്!

സോമുവിന്റെ മുതുകിൽ എവിടന്നോ ഒരമ്പ് വന്നു കൊണ്ടു.

"അമ്മേ..." എന്നുവിളിച്ചുകൊണ്ട് സോമു കുതിരപ്പുറത്ത് കമഴ്ന്നുവീണു!

കുതിര ഉച്ചത്തിൽ കരഞ്ഞു. ലക്ഷ്യമില്ലാതെ വട്ടം കറങ്ങി.

ആ സമയം ഒരു പടയാളി ഓടിവന്ന് കുതിരപ്പുറത്ത് ചാടിക്കയറി.

മുന്നിലിരുന്ന സോമുവിൽ നിന്ന് കടിഞ്ഞാൺ ബലമായി പിടിച്ചെടുത്തു. അടുത്ത നിമിഷം രണ്ടാളെയും വഹിച്ചുകൊണ്ട് കുതിര അതിവേഗം പാഞ്ഞുപോയി.

14

ഒരു സ്വപ്നം

സോമു കണ്ണുതുറക്കുമ്പോൾ മുതുകിൽ അമ്പില്ല. മുറുവിൽ പച്ചമരുന്ന് വെച്ച് കെട്ടിയിരിക്കുന്നു. മരുന്നിന്റെ മനം മടുപ്പിക്കുന്ന മണം. കിടക്കുന്ന മുറിക്കു മുമ്പിൽ അഴികൾ! അഴികൾക്കപ്പുറം കാവൽക്കാരൻ!

ശത്രുവിന്റെ കാരാഗൃഹത്തിലാണെന്ന് മനസ്സിലായപ്പോൾ അതിശയിച്ചു.

അശോകപുരത്തെ സൈന്യങ്ങൾ തോറ്റോ? ഒപ്പം എത്രപേർ തടവിലുണ്ട്? എങ്ങനെ തോല്വിപറ്റി?

പരദേവതയുടെ ക്ഷേത്രത്തിലും സ്വയംവരത്തിലെ മത്സരത്തിലും വിജയിച്ചതാണ്, ചോലപുരത്തെ സൈന്യത്തെ തോൽപ്പിച്ചതാണ്.

ഓരോ ഉദ്യമത്തിന്റെ പിന്നിലും ജയിക്കണമെന്ന് നിശ്ചയമുണ്ടായിരുന്നു. ജയിക്കുമെന്ന് ആത്മവിശ്വാസമുണ്ടായിരുന്നു.

എന്നിട്ടും ഒടുവിൽ താൻ പിടിക്കപ്പെട്ടതെങ്ങനെ? തോല്വി പറ്റിയതെങ്ങനെ?

"എവിടെയോ പിഴവ് പറ്റിയിട്ടുണ്ട്. താനെന്താ കുന്തം വിഴുങ്ങിയതുപോലെ ഇരിക്കുന്നെ? ഉറങ്ങാനുള്ള സമയമാണിത്?" കാവൽക്കാരൻ ദേഷ്യപ്പെട്ടു.

സോമു അവിടെ തന്നെ കിടന്നു. നല്ല തണുപ്പുണ്ട്. അരി

കിൽകിടന്ന പുതപ്പെടുത്ത് തലവഴി പുതച്ചു. ഉറക്കം മെല്ല് പിടിയമർത്തി.

വലിയ ഗർത്തത്തിലേക്കാണ് വീണിരിക്കുന്നത്! നേരിയ വെട്ടം മാത്രം. ഒന്നും വ്യക്തമല്ല. എങ്ങനെ വീണെന്നറിയില്ല. എങ്ങനെ കയറുമെന്നുമറിയില്ല. വശങ്ങളിൽ പാമ്പുകളുണ്ടാവുമോ? പിടിച്ചുകയറാൻ എന്തെങ്കിലും കിട്ടിയിരുന്നെങ്കിൽ....

ഭയാനകമായ ഒരവസ്ഥ!

'രക്ഷിക്കണേ! രക്ഷിക്കണേ!'

ആവുന്നത്ര ഉറക്കെ വിളിച്ചു. ശബ്ദം ഉയരുന്നില്ല തൊണ്ടവരളുന്നു. നാവ് വരളുന്നു. ശ്വാസം മുട്ടുന്നു.

വീണ്ടും വീണ്ടും വിളിക്കുവാൻ ശ്രമിച്ചു. പറ്റുന്നില്ല.

പെട്ടെന്ന് ഒരു പ്രകാശം മിന്നിമറഞ്ഞു!

ഒരാൾരൂപം മുകളിൽ പ്രത്യക്ഷപ്പെട്ടു! സൂക്ഷിച്ചുനോക്കിയപ്പോൾ ഒരു വൃദ്ധനാണെന്ന് മനസ്സിലായി! നീണ്ടു വെളുത്ത താടി! തോളിൽ ഭാണ്ഡം!

“എന്നെ രക്ഷിക്കൂ..”

പ്രത്യാശയോടെ വിളിച്ചു. ഫലമില്ല. കൈകൊണ്ട് ആംഗ്യം കാട്ടി.

വൃദ്ധൻ പുഞ്ചിരിക്കുന്നു!

ഒരു പൂർണ്ണ ചന്ദ്രനെക്കാണുന്ന പ്രതീതി! പ്രയാസങ്ങൾ അലിഞ്ഞലിച്ച് പോയതുപോലെ തോന്നി.

“മോതിരം... എവിടെ?”

വൃദ്ധൻ സൗമ്യനായി ചോദിച്ചു.

മറുപടി പറയാനാകാതെ പ്രയാസപ്പെട്ടു.

വീണ്ടും ഒരു പ്രകാശം മിന്നി! ഒരു നിമിഷത്തെക്കുമാത്രം അടുത്തനിമിഷം വൃദ്ധൻ അപ്രത്യക്ഷനായിരിക്കുന്നു!

തൊണ്ടയും നാവും ശക്തിയായി വരളുന്നു.

'അമ്മേ! അയ്യോ! രക്ഷിക്കണേ!'

ആവുന്നത്ര ഉച്ചത്തിൽ വിളിച്ചു. ശബ്ദം പുറത്തേക്ക് വരുന്നില്ല.

“നിർത്ത്! നിർത്താൻ!”

ഒരലർച്ച.
സോമു ഞെട്ടിയുണർന്നു പരിഭ്രമത്തോടെ ചുറ്റും നോക്കി. കുത്തി നിർത്തിയ തീപ്പന്തത്തിന്റെ വെളിച്ചത്തിൽ കണ്ടത്

കോപത്തോടെ നില്ക്കുന്ന കാവൽക്കാരെയാണ്.

നില്ക്കുന്നത് ഗർത്തത്തിലല്ല. ആശ്വാസമായി.

"പിച്ചും പേയും പുലമ്പാതെ കിടന്ന് ഉറങ്ങിക്കൂടേ!"

കാവൽക്കാരന്റെ ശാസന.

അപ്പോൾ ഒന്നു മനസ്സിലായി. കണ്ടത് ഒരു സ്വപ്നമാണ്.

ആ സ്വപ്നം മനസ്സിൽ നിറഞ്ഞു നില്ക്കുന്നു!

വൃദ്ധൻ ആരാണ്?

എവിടെയോ കണ്ടിട്ടുണ്ടല്ലോ? എപ്പോഴാണ്?

ഓർമ്മയിൽ കുറെയധികം പരതി.

കന്നുകാലികളെ മേയ്ച്ചു നടന്ന കാലം. ബോധംകെട്ടുവഴിയിൽ കിടക്കുന്ന ഒരു അപ്പൂപ്പൻ! അദ്ദേഹമാണ് പിച്ചളമോതിരം തന്നത്.

സംശയമില്ല ആ അപ്പൂപ്പനാണ് സ്വപ്നത്തിൽ പ്രത്യക്ഷപ്പെട്ടത്!

മോതിരം... എവിടെ? എന്ന് ചോദിച്ചത് അതുകൊണ്ടാണല്ലോ!

മോതിരം തന്നപ്പോൾ അപ്പൂപ്പൻ പറഞ്ഞത് ഇന്നും ഓർക്കുന്നു.

"നിനക്ക് തരാൻ എന്റെ കൈയിൽ ഈ പിച്ചള മോതിരം മാത്രമേയുള്ളൂ. കൈയിൽ ഇട്ടുകൊള്ളുക. നിനക്ക് നല്ലതേ വരൂ!"

ഓർക്കുമ്പോൾ ഉത്സാഹം വർദ്ധിച്ചു.

മോതിരം ഊരിവെച്ചതുകൊണ്ട് തോല്വി പറ്റി! തടവുകാരനായി!

സ്വപ്നത്തിൽ കണ്ട ഗർത്തം അതാണ് സൂചിപ്പിക്കുന്നത്.

ഓർമ്മകളുടെ താളുകൾ ഒന്നൊന്നായി മറിഞ്ഞു.

മോതിരം കിട്ടിയ ദിവസം നാലുകെട്ടിൽനിന്ന് കിട്ടിയ ചോറു കഴിച്ചപ്പോൾ അമ്മയുടെയും തന്റെയും വിശപ്പ് മാറി. പിന്നീട് ആഗ്രഹിച്ചപ്പോൾ പുതിയ വീടുണ്ടായി! പശുക്കളുണ്ടായി! കറവക്കാരൻ വന്നു! ചേച്ചി വന്നു!

അമ്മയുടെ രോഗം മാറി!

തെങ്ങുകയറ്റക്കാർ എത്തി!

ചാട്ടവാറടി ഏല്ക്കുമ്പോൾ കിങ്കരന്മാരെയും മാടമ്പിയെയും തമ്പുരാട്ടിയെയും അജ്ഞാതൻ മർദ്ദിച്ചു!

പരദേവതയുടെ ക്ഷേത്രത്തിലെ മല്ലനെയും സ്വയംവര ത്തിലെ മല്ലനെയും ജയിച്ചു!

മെരുങ്ങാത്ത കുതിരയെ മെരുക്കി!

ചോരപുരത്തെ സൈന്യത്തെ തുരത്തി!

ഉരുളിമലയിലെ ഉത്സവത്തിന്നാൾ മാടമ്പിയുടെ കിങ്കരന്മാർ വീടുകത്തിച്ചു. വീട് അഗ്നിക്കിരയായത് സ്വപ്നമാണെന്ന് താനും അമ്മയും തെറ്റിദ്ധരിച്ചു! കുറ്റിക്കാട്ടിൽ വെച്ച് മഴചാറിയപ്പോൾ വീടുണ്ടാകുവാൻ താൻ ആഗ്രഹിച്ചു. അങ്ങനെയാണ് വീണ്ടും വീടുണ്ടായത്!

അഗ്നിക്കിരയാകാതെ അന്ന് അമ്മ രക്ഷപ്പെട്ടു. തന്റെ ഭാഗ്യം.

ഒന്നുമില്ലാത്ത തനിക്ക് ബുദ്ധിയും ശക്തിയും സാമർത്ഥ്യ വുമുണ്ടായി!

എല്ലാം പിച്ചള മോതിരത്തിന്റെ കഴിവാണ്! അപ്പൂപ്പന് ഒരാ യിരം നന്ദി!

മോതിരം എത്രയും വേഗം കൈയിലിടണം.

ഉറക്കംവരാത്ത ആ രാത്രി വെളുക്കുമ്പോൾ സോമു തീരു മാനിച്ചത് അതാണ്.

15

കിരൺ രാജകുമാരൻ

പ്രഭാതത്തിൽ പരിചാരകൻ പ്രാതലുമായെത്തി.

"രാജകുമാരന് എങ്ങനെയുണ്ട് ചങ്ങാതി?"

കാവൽക്കാരൻ ചോദിക്കുന്നു.

"എന്തുപറയാനാണ്? ഒരേ കിടപ്പുതന്നെ! കഷ്ടം!" പരിചാരകൻ സങ്കടപ്പെട്ടു.

സോമു ആ സംഭാഷണം ശ്രദ്ധിച്ചു.

"രാജകുമാരന് എന്തുപറ്റി?"

ഭക്ഷണം കഴിഞ്ഞപ്പോൾ സോമു കാവൽക്കാരനോട് ചോദിച്ചു.

"ഒന്നും പറയണ്ട! രാജകുമാരന് ദീനമാണ്! കൊട്ടാരം വൈദ്യൻ ആവുന്നത്ര ചികിത്സിച്ചു. ഫലമില്ല! രാജ്യത്തെ സർവ്വ വൈദ്യന്മാരും തങ്ങളാലാവും വിധം ചികിത്സിച്ചു. ഫലം കാണണ്ടേ? അവസാനം എല്ലാവരും കയ്യൊഴിഞ്ഞു!"

കാവൽക്കാരൻ ദുഃഖിതനായി.

എന്നാൽ സോമുവിന് അതൊരു നല്ല വാർത്തയായി തോന്നി.

അടുത്തദിവസം മറ്റൊരു കാവൽക്കാരനാണ് ഊഴം മാറി വന്നത്.

"രാജകുമാരന് ദീനം മാറിയോ?"

സോമു ആകാംക്ഷയോടെ ചോദിച്ചു.

"മാറിയില്ലെങ്കിൽ താൻ മാറ്റുമോ?"

കാവൽക്കാരൻ തട്ടിക്കയറി.

"മാറ്റും!"

സോമു ദൃഢസ്വരത്തിൽ പറഞ്ഞു.

"ഹ ഹ ഹ ഹാ!"

കാവൽക്കാരൻ പരിഹസിച്ച് ചിരിച്ചു.

"ഞാൻ പറഞ്ഞത് കാര്യമായിട്ടാണ്. എന്നെ രാജാവിന്റെ തിരുമുമ്പിൽ ഹാജരാക്കുവിൻ." സോമു നിർബ്ബന്ധിച്ചു.

"രക്ഷപ്പെടാനുള്ള സൂത്രമല്ലേ?"

കാവൽക്കാരന്റെ പരിഹാസം.

അപ്പോൾ പ്രഭാതഭക്ഷണവുമായി പരിചാരകനെത്തി.

"ഞാൻ രാജകുമാരന്റെ രോഗം മാറ്റാം."

സോമു പറഞ്ഞു.

പരിചാരകൻ പരിഹാസത്തോടെ നോക്കി കടന്നുപോയി.

ഉച്ചഭക്ഷണം കൊണ്ടുവന്നപ്പോൾ സോമു ആവർത്തിച്ചു.

"ഞാൻ രാജകുമാരന്റെ രോഗം മാറ്റാം."

പരിചാരകൻ മറുപടിയൊന്നും പറയാതെ പോയി.

സന്ധ്യക്ക് അയാൾ അത്താഴവുമായെത്തി.

"എന്താ വിശപ്പില്ലേ?"

ഉച്ചഭക്ഷണം അതുപടി ഇരിക്കുന്നതുകണ്ട് പരിചാരകൻ ചോദിച്ചു.

"കൊട്ടാരത്തിൽ രാജകുമാരൻ ദീനമായി കിടക്കുമ്പോൾ എനിക്കെങ്ങനെ ഭക്ഷണം ഇറങ്ങും?"

സോമുവിന്റെ മറുപടി.

ആ വാക്കുകൾ പരിചാരകന്റെ ഉള്ളിൽ തട്ടി! ഇയാൾ രാജകുമാരന്റെ ബന്ധുവാണോ? പരിചാരകന് സംശയമായി.

"എനിക്ക് രാജകുമാരനെ കാണണം." സോമു ആവശ്യപ്പെട്ടു.

പരിചാരകൻ പ്രതികരിച്ചില്ല. "രാജകുമാരന്റെ രോഗം ഞാൻ മാറ്റാം. നിങ്ങൾപോയി രാജാവിനോട് പറയുക." സോമു ആവശ്യപ്പെട്ടു.

"ഭക്ഷണം കഴിക്ക്. ഉച്ചക്കും പട്ടിണിയല്ലേ?"

പരിചാരകൻ നിർബ്ബന്ധിച്ചു.

"രാജാവിനെ കണ്ടിട്ടേ ഭക്ഷണം കഴിക്കൂ." സോമു വാശി പിടിച്ചു.

പേരുകേട്ട വൈദ്യന്മാർ ശ്രമിച്ചിട്ട് മാറാത്ത രോഗമാണ് രാജകുമാരന്. ഒരു തടവുകാരൻ മാറ്റുമെന്ന് പറഞ്ഞാൽ രാജാവ് കോപിക്കും. ഉള്ള ജോലി തെറിക്കും. പരിചാരകൻ ആശങ്കയിലായി. എന്നാൽ ഭക്ഷണം കഴിക്കാതിരിക്കുന്നത് കണ്ടപ്പോൾ പരിചാരകന് വിഷമമായി. അയാൾ പോയി പ്രധാന പരിചാരകനോട് വിവരം പറഞ്ഞു.

തടവുകാരൻ പറയുന്നതിൽ എന്തോ കാര്യമുണ്ടെന്ന് പ്രധാന പരിചാരകൻ ചിന്തിച്ചു. അയാൾ മന്ത്രിയെ കണ്ടു വിവരം ധരിപ്പിച്ചു.

മന്ത്രി അത് രാജാവിനോട് അറിയിച്ചു.

"മന്ത്രി ചിലപ്പോൾ ഉണക്കമരത്തിലും തേനിരിക്കും. ങ്ഹും! ഉടൻ ആ തടവുകാരനെ കൂട്ടിക്കൊണ്ടുവരൂ." രാജാവ് കല്പിച്ചു.

മന്ത്രി ഭടന്മാരുമായി തടവറയിൽ എത്തി. വൈകാതെ സോമുവെ രാജാവിന്റെ മുന്നിൽ ഹാജരാക്കി.

"അശോകപുരത്തെ രാജകുമാരൻ നമ്മെ കാണണമെന്ന് ആവശ്യപ്പെട്ടത് എന്തിനാണ്?" രാജാവ് ചോദിച്ചു.

"ഞാൻ കിരൺ രാജകുമാരന്റെ രോഗം മാറ്റാം." സോമു അറിയിച്ചു.

രാജാവ് സോമുവെ അടിമുടി നോക്കി. കണ്ടിട്ട് ഒരു കുഴപ്പക്കാരന്റെ ലക്ഷണം ഒന്നും ഇല്ല.

രാജാവ് സോമുവെ കിരൺ രാജകുമാരന്റെ കിടപ്പറയിലേക്ക് കൂട്ടിക്കൊണ്ട് പോയി.

കിരൺ രാജകുമാരൻ കട്ടിലിൽ മലർന്നു കിടക്കുന്നു! ശോഷിച്ച ശരീരം! മുഖത്ത് ക്ഷീണഭാവം! ഇടക്കിടക്ക് ഞരങ്ങുന്നുണ്ട്. ശരീരത്തിന് വേദന കാണും. ജീവനുണ്ടെന്നു മാത്രം.

"എന്താ രാജകുമാരന്റെ രോഗം മാറ്റാമോ?"

രാജാവ് പ്രതീക്ഷയോടെ ചോദിച്ചു.

പിച്ചളമോതിരം ധരിച്ച് ആഗ്രഹിച്ചാൽ കിരൺ രാജകുമാ

രന്റെ രോഗം മാറും.

പക്ഷേ, മോതിരം കൈവശമില്ലല്ലോ?

മോതിരത്തിന്റെ രഹസ്യം മറ്റാരും അറിയാനും പാടില്ല.

സോമു ആലോചനയിലായി.

രാജാവ് സംശയത്തോടെ സോമുവെ ഉറ്റുനോക്കി.

16

ദുഃഖിതയായ രാജകുമാരി

യുദ്ധത്തിൽ ജയവും തോല്‌വിയും പതിവാണ്. എന്നാലും വടനാട് ആക്രമണത്തിൽ വിജയം ഉറപ്പിച്ചതാണ്.

ചോലപുരത്തു നിന്നുള്ള ആക്രമണത്തിൽ തോല്‌വിയാണ് പ്രതീക്ഷിച്ചത്. ഭാഗ്യത്തിന് അതുണ്ടായില്ല.

ബുദ്ധിയും സാമർത്ഥ്യവും കൊണ്ട് വടനാടിനെ നേരിടാൻ പോയ രാജകുമാരനെ കാണാനില്ല!

വടനാട് വിജയിച്ചു!

യുദ്ധത്തിൽ ഒരുപാട് പേർക്ക് മുറിവേറ്റു. കുറച്ചുപേർ മരിച്ചു. കതിരോന്മലക്കും ഇരുവഞ്ചിപ്പുഴക്കും ഇടയ്ക്കുള്ള പ്രദേശമാണ് കയ്യേറിയിരിക്കുന്നത്. ഫലപുഷ്ടമായ പ്രദേശം! തന്ത്രപ്രധാനമായ സ്ഥലം!

യുദ്ധത്തിൽ മരിച്ച ഭടന്മാരുടെ ശവശരീരങ്ങൾ തിരിച്ചറിഞ്ഞിട്ടുണ്ട്. തടവുകാരായി ആരേയും പിടിച്ചിട്ടില്ല.

രാജകുമാരൻ എവിടെപ്പോയി?

ആർക്കും അറിഞ്ഞുകൂടാ. ജീവിച്ചിരിപ്പുണ്ടോ?

രാജകുമാരിയെ എങ്ങനെ ആശ്വസിപ്പിക്കും?

അശോകപുരം രാജാവ് ആകെ സങ്കടത്തിലായി.

രാജകുമാരിക്ക് ഊണില്ല. ഉറക്കമില്ല. സദാ മൂകഭാവം.

അങ്ങനെയിരിക്കെ വടനാട്ടിൽ നിന്ന് ഒരു ദൂതനെത്തി.

രാജകുമാരിക്ക് ഒരു സന്ദേശമുണ്ടത്രെ.

ദൂതന്റെ ആവശ്യപ്രകാരം ഉദ്യാനത്തിൽവെച്ച് രാജകുമാരിയെ കാണുവാൻ രാജാവ് ഏർപ്പാട് ചെയ്തു.

"പ്രിയ രാജകുമാരിക്ക്,

കതിരോന്മലയുടെ താഴ്വാരത്ത് ഞാൻ കാത്തുനില്ക്കുന്നു. വടനാട്ടിൽ അത്യാവശ്യമായി കുറെ കാര്യങ്ങൾ ചെയ്തു തീർക്കാനുണ്ട്. വേണ്ടത്ര ഭടന്മാരുമായി ഉടനെ എത്തിച്ചേരുക. പെട്ടിയിൽ സൂക്ഷിച്ചുവെച്ചിട്ടുള്ള എന്റെ പിച്ചളമോതിരവും ഒരു കുപ്പി തേനും രഹസ്യമായി എടുത്തു കൊള്ളുക. മഹാരാജാവിനോട് എന്റെ ക്ഷേമാന്വേഷണം അറിയിക്കുക.

എന്ന് സ്വന്തം

സോമു രാജകുമാരൻ (ഒപ്പ്)"

കത്തുവായിച്ച് രാജകുമാരി സന്തോഷിച്ചു. ഉത്സാഹത്തോടെ രാജാവിന്റെ സമീപത്തേക്കോടി.

"അച്ഛാ, അങ്ങയുടെ മരുമകൻ ജീവിച്ചിരിപ്പുണ്ട്."

രാജകുമാരി അറിയിച്ചു.

"ഹാവൂ! നമുക്കത് കേട്ടാൽ മതി!"

രാജാവ് ആശ്വസിച്ചു.

"കതിരോന്മലയുടെ താഴ്വരയിൽ അദ്ദേഹം എന്നെ കാത്ത് നില്പുണ്ട്."

രാജകുമാരി അനുവാദം ചോദിച്ചു.

"പോയി കണ്ടിട്ട് വരൂ."

ഇരുവഞ്ചിപ്പുഴയുടെ തീരം.

സോമു അക്ഷമനായി ഉലാത്തുകയാണ്.

പെട്ടെന്ന് ദൂരെ പൊടിപടലമുയർന്നു. കുതിരകളുടെ കുളമ്പടി ശബ്ദങ്ങൾ.

കുറെപ്പേർ കുതിരപ്പുറത്ത് പാഞ്ഞുവന്നു. കുറച്ചകലെ അവർ പിടിച്ചതുപോലെ നിന്നു.

കുതിരപ്പുറത്ത് നിന്ന് ഭടന്മാരിറങ്ങി. അവസാനം ഇറങ്ങിയത് സുധീര രാജകുമാരിയാണ്.

സോമു വെള്ളക്കൊടി വീശി സാന്നിദ്ധ്യം അറിയിച്ചു.

രാജകുമാരി ഉത്സാഹത്തോടെ മുന്നോട്ടു കുതിച്ചു.

“പ്രിയേ നീ വല്ലാതെ ക്ഷീണിച്ചിരിക്കുന്നു! ഞാൻ സുരക്ഷിതനാണ്. ഏതാനും ദിവസത്തിനകം ഞാൻ മടങ്ങിവരും.” സോമു അറിയിച്ചു.

“അങ്ങയുടെ ഒരു വിവരവും ഇല്ലാതിരുന്നതുകൊണ്ട് എല്ലാവരും വിഷമിച്ചിരിക്കുകയാണ്.” രാജകുമാരി പറഞ്ഞു.

“വിവരം അറിയിക്കുവാൻ പറ്റാത്ത ഒരവസ്ഥയായിരുന്നു. എനിക്ക് സുഖം തന്നെ.” സോമു പറഞ്ഞു.

രാജകുമാരി സോമുവിന് പിച്ചള മോതിരവും തേൻകുപ്പിയും കൈമാറി.

സോമു പിച്ചളമോതിരം മുമ്പത്തെപ്പോലെ വിരലിലിട്ടു. പകരം കിടന്ന മോതിരം മറ്റൊരുവിരലിലിട്ടു.

“വിശേഷങ്ങളൊക്കെ മടങ്ങിവന്നിട്ട് പറയാം. കതിരോന്മലയിൽ വടനാട്ടിലെ പടയാളികൾ കാത്ത് നില്പുണ്ട്.” സോമു പറഞ്ഞു.

രാജകുമാരി സങ്കടത്തോടെ സോമുവെ ഉറ്റുനോക്കി നിന്നു.

“പ്രിയേ സന്തോഷമായി മടങ്ങൂ” സോമു നിർബ്ബന്ധിച്ചു.

രാജകുമാരി കുതിരപ്പുറത്ത് കയറി അശോകപുരം ലക്ഷ്യമാക്കി കുതിര പാഞ്ഞു. ഭടന്മാരെ വഹിച്ച കുതിരകൾ അനുഗമിച്ചു.

ആ സമയം കതിരോന്മലയിൽ നിന്ന് ഒരു പടയാളി കുതിരയുമായി വന്നു. സോമു കുതിരപ്പുറത്ത് കയറിയപ്പോൾ പടയാളി കടിഞ്ഞാൺ വലിച്ചു.

കുതിര വടനാടു ലക്ഷ്യമാക്കി അതിവേഗം ഓടിത്തുടങ്ങി.

17

മഹാവൈദ്യൻ

കിരൺ രാജകുമാരൻ മയക്കത്തിലാണ്.

പുത്രന്റെ അവസ്ഥ കണ്ട് രാജാവ് നെടുവീർപ്പിട്ടു.

"ഇവിടെ വിശ്വസ്തനായ ഒരു പരിചാരകൻ മാത്രം നിന്നാൽ മതി. അങ്ങേക്കും രാജ്ഞിക്കും എപ്പോൾ വേണമെങ്കിലും വരാം." സോമു പറഞ്ഞു.

ആ സമയം അവിടെയുണ്ടായിരുന്ന ബന്ധുക്കളെയൊക്കെ രാജാവ് പുറത്താക്കി.

സോമു കൈവശമുള്ള തേൻകുപ്പി തുറന്നു ഏതാനും തുള്ളി തേൻ കിരൺ രാജകുമാരന്റെ വായിൽ ഇറ്റിച്ച് കൊടുത്തു.

മധുരമുള്ളതുകൊണ്ടാകാം കിരൺ രാജകുമാരൻ അത് ഉള്ളിലാക്കി.

"ഈ മരുന്ന് ദിവസം നാല് നേരം കൊടുക്കണം. സമയമാകുമ്പോൾ ഞാൻ കൊടുത്തുകൊള്ളാം." സോമു അറിയിച്ചു.

"അങ്ങനെയാകട്ടെ."

രാജാവ് സമ്മതിച്ചു.

"രാജകുമാരൻ സുഖം പ്രാപിക്കുന്നതുവരെ താങ്കൾക്ക് കൊട്ടാരത്തിൽ കഴിയാം."

രാജാവ് അനുവദിച്ചു.

സോമുവിന് സന്തോഷമായി. ഇനി തടവറയിൽ കിടന്ന്

കൊതുകു കടി കൊള്ളേണ്ടല്ലോ! യഥാർത്ഥത്തിൽ കിരൺ രാജകുമാരന്റെ രോഗം എന്താണ്? മുറിയിൽ വിശ്രമിക്കുമ്പോൾ സോമുവിന്റെ ചിന്ത അതായിരുന്നു.

വൈദ്യനല്ലെങ്കിലും താൻ വൈദ്യനായിരിക്കുന്നു! രോഗമറിയാത്തവൻ ഔഷധവുമായി എത്തിയിരിക്കുന്നു! തേൻ കഴിക്കുന്നതുകൊണ്ട് ഒരു ദോഷവുമില്ലെന്ന് മാത്രം അറിയാം.

എന്തായാലും രാജാവിനെ വിശ്വസിപ്പിക്കുവാൻ ഒരു ഔഷധം വേണമല്ലോ! ഔഷധത്തിന്റെ പേരിൽ അശോകപുരത്തു പോകുവാൻ ഏർപ്പാടാക്കിയ രാജാവിന് നന്ദി!

ഊരിവെച്ച പിച്ചളമോതിരം അശോകപുരം കൊട്ടാരത്തിൽ നിന്നെടുക്കുവാനുള്ള തന്റെ തന്ത്രം വിജയിച്ചിരിക്കുന്നു!

കൈയിലുള്ള ഔഷധം വെറും തേനാണെന്ന് വടനാട്ടിൽ ആരും അറിയാനിടവന്നിട്ടില്ല. ആശ്വാസമായി! രാജകുമാരിയെ കാണുവാൻ അവസരമുണ്ടായതിൽ അതിയായ സന്തോഷവുമുണ്ട്.

കൈവിരലിലുള്ള പിച്ചളമോതിരത്തിൽ സോമു കൗതുകത്തോടെ ഉറ്റുനോക്കി.

അത്ഭുതമോതിരം!

തന്റെ ഭാവി ഈ മോതിരത്തിലാണ്!

പിച്ചള മോതിരത്തിന്റെ രഹസ്യം ആരും അറിഞ്ഞിട്ടില്ല. ഇനിയാരും അറിയാനും പാടില്ല.

“മൂന്നു ദിവസത്തിനകം കിരൺ രാജകുമാരന്റെ രോഗം മാറ്റിത്തരണേ!”

സോമു പിച്ചള മോതിരത്തിൽ നോക്കി ആഗ്രഹിച്ചു.

അടുത്ത ദിവസം കിരൺ രാജകുമാരൻ ഭക്ഷണം കഴിക്കുന്നതിൽ താല്പര്യം കാട്ടിത്തുടങ്ങി.

“ഭക്ഷണം എന്തു കൊടുക്കണം?” രാജാവ് ചോദിച്ചു.

“എന്തുവേണമെങ്കിലും കൊടുക്കാം.” സോമു പറഞ്ഞു.

രണ്ടാം ദിവസം കിരൺ രാജകുമാരൻ എഴുന്നേറ്റിരുന്നു!

മൂന്നാം ദിവസം രാജകുമാരൻ നടക്കുവാൻ തുടങ്ങി!

രാജാവിനും രാജ്ഞിക്കുമുണ്ടായ സന്തോഷത്തിന് അതിരില്ല.

രാജാവ് സോമുവിന്റെ കൈരണ്ടും പിടിച്ച് സ്നേഹം പ്രകടിപ്പിച്ചു.

“ഒരു മഹാവൈദ്യനെയാണല്ലോ നാം കാരാഗൃഹത്തിലടച്ചത്!” രാജാവ് സ്വയം പഴിച്ചു.

“മഹാരാജാവേ വിഷമിക്കരുത്! അറിയാതെ സംഭവിച്ചതല്ലേ?”

സോമു സമാധാനപ്പെടുത്തി.

“അച്ഛാ എനിക്ക് കുതിരസവാരി ചെയ്യണം.”

കിരൺ രാജകുമാരൻ ആവശ്യപ്പെട്ടു.

“അതിനെന്താ രണ്ടുദിവസം കൂടി കഴിയട്ടെ.” രാജ്ഞി പറഞ്ഞു.

“രാജകുമാരന്റെ ആഗ്രഹമല്ലേ കുതിരസവാരി നടത്തിക്കോട്ടെ.”

സോമു പറഞ്ഞു.

രാജാവ് സേവകനെക്കൊണ്ട് കുതിരയെ വരുത്തി.

കിരൺ രാജകുമാരൻ ഉദ്യാനത്തിന് ചുറ്റും കുതിരസവാരി ചെയ്തു.

കിരൺ രാജകുമാരന്റെ പ്രസരിപ്പും ഉന്മേഷവും തിരിച്ചുകിട്ടിയത് കണ്ടപ്പോൾ രാജാവിന്റെ കണ്ണുകൾ ആനന്ദം കൊണ്ട് നിറഞ്ഞു.

“നാമും ഈ രാജ്യവും എന്നെന്നും താങ്കളോട് കടപ്പെട്ടിരിക്കുന്നു!”

രാജാവ് അറിയിച്ചു.

“താങ്കൾ എനിക്ക് പിറക്കാതെപോയ പുത്രനാണ്!”

രാജ്ഞി സോമുവിന്റെ ഇരുതോളിലും പിടിച്ചുകൊണ്ട് പറഞ്ഞു.

“ഈ നിമിഷം മുതൽ താങ്കൾ മോചിതനാണ്! പിടിച്ചെടുത്ത പ്രദേശങ്ങൾ അശോകപുരത്തിന് സന്തോഷത്തോടെ മടക്കിക്കൊടുക്കുന്നു! അശോകപുരവും വടനാടും ഇനി മിത്രങ്ങളായിരിക്കും!”

രാജാവ് ഉത്തരവായി.

അടുത്തദിവസം സോമുവെ രാജാവ് യാത്രയാക്കി.

അശോകപുരം രാജാവിനും രാജകുമാരിക്കും വടനാട് രാജാവിന്റെ വിലപിടിച്ച സമ്മാനങ്ങൾ.

വടനാടിന്റെ സുദൃഢമായ സൗഹൃദം.

അശോകപുരത്തിന് നഷ്ടമായ പ്രദേശങ്ങൾ

അമ്മ പ്രസവിക്കാത്ത കൊച്ചനുജനായി മാറിയ വടനാടിലെ കിരൺ രാജകുമാരൻ.

എല്ലാത്തിനും ഉപരിയായി പിച്ചള മോതിരത്തിന്റെ ദിവ്യ ശക്തി തിരിച്ചറിയൽ.

എല്ലാം വഹിച്ച് മടങ്ങുന്ന സോമുവെ വടനാട് സൈന്യം കതിരോന്മലയുടെ താഴ്‌വാരം വരെ അനുഗമിച്ചു.

വടനാട് രാജാവറിയച്ചപ്രകാരം ഇരുവഞ്ചിപ്പുഴയുടെ തീരത്ത് അശോകപുരം സൈന്യം കാത്തുനില്പുണ്ടായിരുന്നു.

18

അശോകപുരത്തെ രാജാവ്

സോമുവിന്റെ മടങ്ങിവരവിൽ അശോകപുരത്ത് ആനന്ദം തിരതല്ലി! എങ്ങും ഉത്സവച്ഛായ. നഷ്ടപ്പെട്ട പ്രദേശങ്ങളും വടനാട് രാജാവിന്റെ സൗഹാർദ്ദവും കൂടിയായപ്പോൾ രാജാവ് അത്യധികം ആനന്ദിച്ചു. ഇനിയൊരിക്കലും അശോകപുരം ആക്രമിക്കുവാൻ വടനാട് മുതിരുകയില്ലെന്ന് പറഞ്ഞുപോയ രാജകുമാരൻ ഇതാ വാക്കുപാലിച്ചിരിക്കുന്നു! നിത്യശത്രുവെ മിത്രമാക്കിയിരിക്കുന്നു! "വാക്കുപാലിച്ച താങ്കൾ ധീരനായ ഒരു രാജകുമാരന് ചേർന്ന പ്രവൃത്തിയാണ് ചെയ്തിരിക്കുന്നത്!"

രാജാവ് അഭിനന്ദിച്ചു.

രാജകുമാരിയുടെ ദുഃഖമെല്ലാം പമ്പകടന്നു. സോമുവെപ്പോലുള്ള ഒരു ധീരനെ ഭർത്താവായി കിട്ടിയത് വലിയ നേട്ടമായി കരുതി.

കൊട്ടാരത്തിൽ വിഭവസമൃദ്ധമായ സദ്യയൊരുക്കി. പാവങ്ങൾക്ക് അന്നദാനം നടത്തി. കൊട്ടാരം കലാകാരന്മാരുടെ സംഗീതക്കച്ചേരി! നർത്തകികളുടെ നയനാനന്ദകരങ്ങളായ നൃത്തങ്ങൾ!

അടുത്ത ദിവസം

സോമുവിന്റെ കൈവിരലിൽ പിച്ചള മോതിരം കിടക്കുന്നത് രാജകുമാരി കണ്ടു!

“വീണ്ടും ധരിക്കാനായിരുന്നോ പിച്ചളമോതിരം എന്നെക്കൊണ്ട് വരുത്തിച്ചത്?”

രാജകുമാരി പരിഭവിച്ചു.

“ഈ മോതിരം എന്നെ പൂർവ്വചരിത്രം ഓർമ്മിപ്പിക്കുന്നു! ആ ഓർമ്മ എന്നെ എന്നും കർമ്മധീരനാക്കുന്നു!”

സോമു വികാരാധീനനായി.

“വടനാട്ടിൽ തേൻ കിട്ടാറില്ലേ?”

രാജകുമാരിയുടെ സംശയം.

“പ്രിയേ യുദ്ധം ജയിക്കാനാണ് വടനാട് സൈന്യം എന്നെ തട്ടിക്കൊണ്ട് പോയത്. വടനാട് രാജാവ് എന്നെ കണ്ടത് ഒരു യുദ്ധത്തടവുകാരനായല്ല. എന്നോട് നല്ല പെരുമാറ്റമായിരുന്നു! എന്റെ സാന്നിദ്ധ്യം അശോകപുരത്തുണ്ടാകരുത് അത്രമാത്രം! പിന്നെ രാജാവിന് ഒരു മകനുണ്ട്. കിരൺ രാജകുമാരൻ! രാജകുമാരന് ഒരു മാനസിക പ്രശ്നം!

ആരോടും മിണ്ടാതായി. ഒന്നും കഴിക്കാതായി. ശാരീരിക രോഗമെന്ന് കരുതി ചികിത്സയും തുടങ്ങി. ഒരു ഫലവുമുണ്ടായില്ല!

ആ സമയത്താണ് ഞാനവിടെ എത്തുന്നത്.

ഞാൻ കിരൺ രാജകുമാരന്റെ ഒപ്പം താമസമായി. കഥകൾ പറഞ്ഞും പാട്ടുപാടിയും ഞാൻ രാജകുമാരനെ പാട്ടിലാക്കി. ചുരുക്കിപ്പറഞ്ഞാൽ മൂന്ന് നാല് ദിവസം കൊണ്ട് രാജകുമാരന്റെ മൗനവ്രതം മാറി! വർത്തമാനങ്ങൾ പറയാൻ തുടങ്ങി. ഭക്ഷണം കഴിക്കാൻ തുടങ്ങി. കട്ടിലിൽ സദാ കിടന്ന കിരൺ രാജകുമാരൻ ഓടിച്ചാടി നടക്കാൻ തുടങ്ങി. അതോടെ രാജാവിനും രാജ്ഞിക്കും എന്നോട് കൂടുതൽ ഇഷ്ടമായി. അതാണ് പിടിച്ചടക്കിയ പ്രദേശം തിരിച്ചു തന്നത്. കിരൺ ഇനി നമ്മുടെ കൊച്ചനുജനാണ്. കിരണിന് തേൻ വലിയ ഇഷ്ടമാണ്. നമ്മുടെ തേനിന്റെ സ്വാദ് വടനാട്ടിലെ തേനിനില്ലന്നേ! ആട്ടെ ഇനി എന്തെങ്കിലും അറിയാനുണ്ടോ?” രാജകുമാരൻ ചോദിച്ചു.

“ഇല്ലേയില്ല!” രാജകുമാരി പുഞ്ചിരിച്ചു.

സോമു പൊട്ടിച്ചിരിച്ചു.

സോമു പറഞ്ഞ നുണകൾ യഥാർത്ഥ്യങ്ങളാണെന്ന് തന്നെ രാജകുമാരി വിശ്വസിച്ചു.

രാജകുമാരിയിൽ നിന്ന് ഈ വിവരങ്ങൾ അറിഞ്ഞപ്പോൾ രാജാവ് പറഞ്ഞു.

"നിന്റെ രാജകുമാരൻ എന്തുകൊണ്ടും സമർത്ഥൻ തന്നെ!"

വർഷങ്ങൾ ചിലത് കഴിഞ്ഞു. രാജാവും രാജ്ഞിയും പുണ്യ സ്ഥലങ്ങൾ സന്ദർശിക്കുവാൻ അന്യരാജ്യത്തേക്ക് പുറപ്പെട്ടു.

അതോടെ സോമു അശോകപുരത്തെ രാജാവായി.

ഒരു ദിവസം അന്തഃപുരത്ത് നിന്ന് അമ്മ സോമുവിനെ സമീപിച്ചു.

"മോനെ നാട്ടിൽ നിന്ന് തമ്പുരാട്ടിവന്നിട്ടുണ്ട്."

അമ്മ അറിയിച്ചു.

"കാരാഗൃഹത്തിൽ കിടക്കുന്ന മാടമ്പിയെ കാണാനാണോ?"

സോമു ചോദിച്ചു.

"മാടമ്പിയെ മോചിപ്പിക്കണമെന്ന് അപേക്ഷിക്കാനാണ് മോനെ."

അമ്മ പറഞ്ഞു.

സോമു ആലോചനയിലായി.

"നിന്റെ ചെറുപ്പത്തിലെ അച്ഛൻ മരിച്ചുപോയി. അച്ഛന്റെ അഭാവത്തിൽ ഞാനും നീയുമൊക്കെ ഒത്തിരി ദുഃഖിച്ചു. മാടമ്പിയുടെ അഭാവത്തിൽ തമ്പുരാട്ടിയും മക്കളും ദുഃഖിതരാണ്!"

അമ്മ ദുഃഖിതയായി.

"അധികാരം കിട്ടിയപ്പോൾ പാവങ്ങളെ ആവുന്നത്ര ദ്രോഹിച്ചവനാണ് മാടമ്പി!"

സോമു ഓർമ്മിപ്പിച്ചു.

"അതോർത്ത് അദ്ദേഹം പശ്ചാത്തപിക്കുന്നുണ്ടെന്നാണ് കേട്ടത്. ദുഃഖിതരെ ആശ്വസിപ്പിക്കേണ്ടത് അധികാരമുള്ളവരുടെ കടമയാണ്!"

അമ്മ ഉപദേശിച്ചു.

അത് സോമുവെ ചിന്തിപ്പിച്ചു.

അമ്മ പോയി തമ്പുരാട്ടിയെ കൂട്ടിക്കൊണ്ടുവന്നു.

തൊഴുകൈകളോടെ മുന്നിൽ നില്ക്കുന്ന തമ്പുരാട്ടിയെ കണ്ട് സോമു ആശ്ചര്യപ്പെട്ടു!

തടിച്ച് കൊഴുത്തിരുന്ന തമ്പുരാട്ടി മെലിഞ്ഞ് അവശയായിരിക്കുന്നു! മുടിയൊക്കെ നരയ്ക്കാൻ തുടങ്ങി!

കാരുണ്യം പ്രതീക്ഷിച്ച് മുന്നിൽ നില്ക്കുന്ന രൂപം കണ്ടപ്പോൾ സോമുവിനും വല്ലായ്മ തോന്നി.

"കഴിഞ്ഞതൊക്കെ മറക്കണം. മാടമ്പിയെ മോചിപ്പിച്ചാൽ അതൊരു നല്ല കാര്യമാണ്."

അമ്മ ശബ്ദം താഴ്ത്തിപ്പറഞ്ഞു.

"മാടമ്പിയുടെ ദ്രോഹങ്ങൾ പൊറുക്കാവുന്നതല്ല! മറക്കാവുന്നതുമല്ല!

എങ്കിലും പൊറുക്കണം. മറക്കണം.

വേണ്ടത്ര ശിക്ഷ മാടമ്പിക്ക് നല്കിക്കഴിഞ്ഞു.

അമ്മയുടെ ഉപദേശങ്ങൾ ന്യായംതന്നെ!"

"ആരവിടെ? കാരാഗൃഹത്തിൽ കിടക്കുന്ന മാടമ്പിയെ ഉടൻ മോചിപ്പിക്കുക!"

സോമു രാജാവ് ഉത്തരവിട്ടു.

9 789386 112033

Printed by Libri Plureos GmbH in Hamburg, Germany